ÍTALSKI PROSCIUTTO

100 ljúffengar uppskriftir með fínustu ítölsku skinku

Kristján Gray

Höfundarréttarefni ©2023

Allur réttur áskilinn

Engan hluta þessarar bókar má nota eða senda á nokkurn hátt eða á nokkurn hátt án skriflegs samþykkis útgefanda og höfundarréttarhafa, nema stuttar tilvitnanir sem notaðar eru í umsögn. Þessi bók ætti ekki að koma í staðinn fyrir læknisfræðilega, lögfræðilega eða aðra faglega ráðgjöf.

EFNISYFIRLIT

EFNISYFIRLIT   3
KYNNING   7
Morgunmatur   8
   1. Prosciutto-vafðar Mini Frittata muffins   9
   2. Grænkál umbúðir egg   11
   3. Kúrbítur, prosciutto og parmesan   13
   4. Spínat Egg Bites   16
   5. Prosciutto And Eggs Open Sandwich   18
   6. Bakaðir Prosciutto eggjabollar   20
FORréttir og bítur   22
   7. Hörpuskel og prosciutto bitar   23
   8. Prosciutto Vafðar Mozzarella kúlur   25
   9. Umbúðir plómur   27
   10. Pasta kefli með rjómalagaðri tómatsósu   29
   11. Bragðmikil prosciutto pinwheels   32
   12. Walnut, Fig og Prosciutto Crostini   34
   13. Salami og Brie Crostini   36
   14. Proscuitto og Mozarella Bruschetta   38
   15. Minty rækjubitar   40
   16. Pera, Radish Microgreen & Prosciutto Bite   42
   17. Muffins prosciutto bolli   44
   18. Avocado prosciutto kúlur   46
   19. Prosciutto franskar   48
   20. Lágkolvetnasalatpakkasamloka   50
   21. Kúrbítsbitar sem eru pakkaðir með prosciutto   52
   22. Skinku- og ferskja-sushiskál   54

23. Parmaskinkuvafinn aspas	56
24. Antipasto fat með prosciutto og melónu	58
25. Grillaðar kantarellur og prosciutto-vafðar fíkjur	60

SAMLAKA OG HAMBARAR   62

26. Súrdeig, Provolone, Pestó	63
27. Seattle kjúklingasamloka	65
28. Prosciutto og Taleggio með fíkjum á Mesclun	67
29. Strawberry Basil Prosciutto Grillaður Ostur	69
30. Mozzarella, Prosciutto og fíkjusulta	71
31. Bocadillo frá eyjunni Ibiza	73
32. Tómatar og Mahon ostur á ólífubrauði	75
33. Kúbanar	77
34. Fíkju- og prosciutto samlokur	79

RAUNNI   81

35. Kiwi ávöxtur og rækjur	82
36. Skál og pestó kótilettur	84
37. Balsamic gljáður kjúklingur	86
38. Basil kjúklingur	89
39. Quail Over Grænmetis- og Skinkuræmur	91
40. Kjúklingur & Prosciutto með rósakál	93
41. Ljúffengt Kjöt kjötbrauð	95
42. Andabringur prosciutto	97
43. Kjúklingabringur með prosciutto og salvíu	99
44. Kjúklingapallar með prosciutto og fíkjum	101
45. Basil og prosciutto-vafinn lúða	103
46. Herbed geitaostur og prosciutto rækjur	105
47. Steiktur sóli með kartöflu og prosciutto	107

PASTA   109

48. Lasagne af villtum & framandi sveppum	110

49. Basil og prosciutto-vafinn lúða	113
50. Kjúklingur Alfredo lasagna	115
51. Penne með Vodka sósu	117
52. Sítrónu basil pasta með rósakál	119
53. Fettuccine al prosciutto	122
54. Fettucine furuhnetur prosciutto & sólþurrkaðir tómatar	124
55. Fettuccine með prosciutto og aspas	126
56. Fusilli með prosciutto og ertum	128
57. Fusilli með shiitake, brokkolí rabe og prosciutto sósu	130
58. Pappardelle með prosciutto og ertum	133
59. Pasta með basil og prosciutto	135
60. Pasta rúllur fylltar með prosciutto	137
61. Veislupasta með prosciutto	140
62. Tortellini með ertum og prosciutto	142

SALÖT OG MEÐBÆR 144

63. Melónu prosciutto salat	145
64. Ruccolasalat & ostrusveppir	147
65. Fíkju-, skinku- og nektarínusalat í vínsírópi	149
66. Brenndar grænar baunir með prosciutto	151
67. Aspas Wrapped Prosciutto	153
68. Antipasto salat	155
69. Antipasto snakkbox fyrir tvo	157
70. Fíkju- og prosciutto salat	159
71. Greipaldin, avókadó og prosciutto morgunverðarsalat	161
72. Ristað sætar kartöflur og prosciutto salat	163
73. Grillað nautakjöt prosciutto salat	165
74. Þistilhjörtu og prosciutto	168
75. Fennel með sveppum & prosciutto	170
76. Mangó & prosciutto	173

77. Boconcini með grilluðu kúrbítssalati og prosciutto — 175

PIZSA — 177

78. Proscuitto og rucola pizza — 178
79. Four Seasons Pizza/Quattro Stagioni — 180
80. New Orleans Style Pizza — 182
81. Artichoke & Prosciutto Pita Pizza — 184
a) Prosciutto og Rucola pizza — 186
82. Uppskera butternut squash og eplapizzu — 188
83. Micro Leaves Pesto & Rucola Pizza — 190
84. Kryddgrilluð pizza með prosciutto — 192
85. Fíkju-og-prosciutto pizza — 194
86. Túnfiskpizza með caponata og prosciutto — 196
87. Prosciutto-tómatpizza — 198

EFTIRLITUR — 200

88. Smjörkennd croissant jarðlög með prosciutto — 201
89. Balsamic ferskja og brie terta — 203
64. Kjötæturkaka — 205
95. Laukur og prosciutto terta — 207
96. Prosciutto ólífu tómatbrauð — 209
97. Prosciutto-appelsínugult popovers — 211
98. Candied Prosciutto — 213
99. Mozzarella og prosciutto kartöflukaka — 215
100. Green Pea Panna Cotta Með Prosciutto — 217

NIÐURSTAÐA — 220

KYNNING

100 ljúffengar uppskriftir fyrir hina fullkomnu ítölsku skinku
Lýsing: Prosciutto Perfection matreiðslubókin er fullkominn leiðarvísir þinn til að búa til ljúffenga rétti með þessari ástsælu ítölsku harðskinku. Allt frá klassískum antipasti til bragðmikils pastas, góðra súpa og decadent eftirrétta, þessi matreiðslubók inniheldur 100 uppskriftir sem auðvelt er að fylgja eftir sem sýna ríkulega, salta og örlítið sæta bragðið af prosciutto.

Hvort sem þú ert áhugamaður um prosciutto eða nýliði í þessu ljúffenga hráefni, þá hefur þessi matreiðslubók eitthvað fyrir alla. Lærðu hvernig á að búa til heimagerðan prosciutto, eða lyftu matreiðsluleiknum þínum með skapandi uppskriftum eins og prosciutto-vafinn aspas, fíkju- og prosciutto pizzu, eða prosciutto og geitaosti fylltum kjúklingabringum.

Hver uppskrift kemur með nákvæmar leiðbeiningar, lista yfir innihaldsefni og ljósmynd í fullri lit, svo þú getur séð nákvæmlega hvernig rétturinn þinn ætti að líta út. Þú munt einnig finna gagnlegar ábendingar um að velja besta prosciutto, geyma hann og para hann við önnur hráefni til að búa til hið fullkomna bragðsnið.

Svo hvers vegna að bíða? Gríptu eintak af Prosciutto Perfection Cookbook og byrjaðu að kanna dýrindis heim ítalskrar matargerðar í dag!.

Morgunmatur

1. Mini Frittata muffins umbúðir með prosciutto

HRÁEFNI:
- 4 matskeiðar af fitu
- ½ meðalstór laukur, smátt skorinn
- 3 hvítlauksrif, söxuð
- ½ pund af cremini sveppum, þunnar sneiðar
- ½ pund frosið spínat, þíðað og þerrað
- 8 stór egg
- ¼ bolli kókosmjólk
- 2 matskeiðar af kókosmjöli
- 1 bolli kirsuberjatómatar, helmingaðir
- 5 aura af Prosciutto di Parma
- Kosher salt
- Nýmalaður pipar
- Venjulegt 12 bolla muffinsform

LEIÐBEININGAR:
a) Forhitið ofninn í 375°F.

b) Hitið helminginn af kókosolíu yfir meðalhita á stórri steypujárnspönnu og steikið laukinn þar til hann er mjúkur og hálfgagnsær

c) Bætið hvítlauknum og sveppunum út í og eldið þar til sveppirakinn hefur gufað upp. Kryddið síðan fyllinguna með salti og pipar og setjið hana á disk til að kólna í stofuhita

d) Fyrir deigið, þeytið eggin í stórri skál með kókosmjólk, kókosmjöli, salti og pipar þar til það er vel blandað. Bætið síðan steiktum sveppum og spínati saman við og hrærið saman.

e) Penslið afganginn af bræddu kókosolíunni á muffinsformið og klæddi hvern bolla með prosciutto, passið að hylja botninn og hliðarnar alveg.

f) Settu muffinsin í ofninum í um 20 mínútur

2. Grænkál umbúðir egg

HRÁEFNI:
- Þrjár matskeiðar þungur rjómi
- Fjögur harðsoðin egg
- ¼ tsk pipar
- Fjögur grænkálsblöð
- Fjórar prosciutto sneiðar
- ¼ teskeið salt
- 1 ½ bolli vatn

1. Afhýðið eggin og vefjið hvert með grænkálinu. Vefjið þeim inn í prosciutto sneiðarnar og stráið möluðum svörtum pipar og salti yfir.
2. Raðið Instant Pot yfir þurran pall í eldhúsinu þínu. Opnaðu topplokið og kveiktu á því.
3. Hellið vatni í pottinn. Raðaðu grind- eða gufukörfu inni sem fylgdi Instant Pot. Settu/raðaðu nú eggjunum yfir grindina/körfuna.
4. Lokaðu lokinu til að búa til læst hólf; ganga úr skugga um að öryggisventillinn sé í læstri stöðu.
5. Finndu og ýttu á „MANUAL" eldunaraðgerð; tímamælir í 5 mínútur með sjálfgefna „HIGH" þrýstingsstillingu.
6. Leyfðu þrýstingnum að byggjast upp til að elda hráefnin.
7. Eftir að eldunartími er liðinn ýtirðu á „CANCEL" stillinguna. Finndu og ýttu á „QPR" eldunaraðgerð. Þessi stilling er til að losa fljótt innri þrýsting.
8. Opnaðu lokið hægt, taktu eldaða uppskriftina í framreiðsludiskum eða framreiðsluskálum og njóttu ketóuppskriftarinnar.

3. Kúrbít, prosciutto og parmesan

Gerir: 12

HRÁEFNI:
- 1 lítill laukur, fínt rifinn
- 1 kúrbít, rifinn
- 3 bollar venjulegt hveiti
- 3 tsk lyftiduft
- 1 tsk sjávarsalt
- ½ bolli rifinn parmesan
- 4 egg
- 2½ bollar mjólk
- 200 g ósaltað smjör, brætt og kælt

Sæt tómatsósa
- 1 matskeið ólífuolía
- 1 lítill laukur saxaður
- 1 lítið rautt chili, saxað
- 2 matskeiðar tómatmauk
- 420 g niðursaxaðir tómatar
- 1 msk púðursykur
- Berið fram með prosciutto, tómatsósu og kirsuberjatómötum

LEIÐBEININGAR:

a) Til að búa til sósuna skaltu hita olíu á meðalháum pönnu yfir miðlungs háum hita. Bætið lauknum og chili út í og eldið í 2–3 mínútur eða þar til það er mjúkt. Bætið tómatmauki út í og eldið í 1 mínútu til viðbótar.

b) Hrærið niðursoðnum tómötum, púðursykri og 1 bolli af vatni saman við. Látið suðuna koma upp, minnkið hitann í lágan og látið malla í 15 mínútur eða þar til þykkt; halda hita.

c) Til að búa til vöfflurnar skaltu setja lauk, kúrbít, hveiti, lyftiduft, salt og parmesan í stóra blöndunarskál; blandið vel saman.

d) Þeytið egg, mjólk og smjör saman í stórri könnu og blandið kúrbíts- og hveitiblöndunni saman við.

e) Veldu CLASSIC vöfflustillingu og hringdu í númer 6 á brúnunarstýringarskífunni.

f) Forhitið þar til appelsínugult ljós blikkar og orðin HITTING hverfa.

g) Notaðu vöffluskömmtunarbollann og helltu ½ bolli af deigi í hvern vöffluferning. Lokaðu lokinu og eldaðu þar til tímamælirinn hefur lokið og tilbúið píp hefur heyrst þrisvar sinnum. Endurtaktu með afganginum af deiginu.

h) Berið fram heitar vöfflur toppaðar með tómatsósu, prosciutto og ferskum kirsuberjatómötum.

4. Spínat eggjabitar

HRÁEFNI:
- Egg - 4
- Parmesanostur, rifinn - 3/4 bolli
- Þungur þeyttur rjómi - 1/4 bolli
- Spínat, hakkað - 1/4 bolli
- Prosciutto, hakkað - 1/2 únsa
- Malaður svartur pipar - 1/2 tsk
- Salt - 1/8 tsk
- Vatn - 1 ½ bolli

a) Taktu eggjabitamótbakka með sjö bollum og fylltu bollana jafnt með prosciutto og spínati.
b) Brjótið egg í skál, bætið við afganginum nema vatni og þeytið þar til það er slétt.
c) Kveiktu á instantpottinum, helltu vatni út í og settu þrífatborðið í hann.
d) Hellið eggjablöndunni jafnt yfir spínat og prosciutto, 4 matskeiðar á bolla eða meira þar til 3/4 hluti fyllist og hyljið síðan pönnuna með álpappír.
e) Settu pönnu á borðið, lokaðu pottinum með lokinu í lokaðri stöðu, ýttu síðan á „handvirkt" hnappinn, ýttu á „+/-" til að stilla eldunartímann á 10 mínútur og elda við háþrýstingsstillingu; þegar þrýstingurinn er að myndast í pottinum mun eldunartíminn fara í gang. Þegar augnablikspotturinn slær, ýttu á „halda heitum" hnappinum, slepptu þrýstingnum náttúrulega í 10 mínútur, gerðu síðan snögga þrýstingslosun og opnaðu lokið.
f) Takið bakkann út, takið huluna af og hvolfið pönnunni yfir á disk til að taka eggjabitana út.
g) Berið fram strax.

5. Prosciutto And Eggs Open Sandwich

Gerir: 4

HRÁEFNI:
- 8 sneiðar Roma tómatar
- 4 sneiðar þykkt skorpað brauð
- 4 egg
- 1/2 bolli rucola
- 4 sneiðar Prosciutto di Parma
- Extra virgin ólífuolía, eftir þörfum
- Pipar og sjávarsalt eftir smekk

LEIÐBEININGAR:
a) Forhitið ofninn í 400°F.
b) Setjið tómatana á litla ofnplötu og steikið þar til þeir eru aðeins mjúkir, 10 mínútur.
c) Lækkaðu ofnhitann í 350°F. Raðið brauði á aðra bökunarplötu; penslið með 1 msk olíu og stráið salti og pipar yfir eftir smekk. Setjið í ofn og ristið aðeins þar til gullið, um 5 mínútur.
d) Hitaðu á meðan 2 matskeiðar olíu á stórri pönnu og steiktu egg með sólinni upp, eða eins og þú vilt.
e) Til að setja samlokuna saman skaltu setja sneið af ristuðu brauði á hvern af 4 diskum. Toppið hvern með 1/4 af rucola, 2 tómatsneiðum, steiktu eggi og einni sneið af prosciutto. Endið með pipar og sjávarsalti eftir smekk.

6. Bakaðir Prosciutto eggjabollar

Gerir: 12

HRÁEFNI:
- 1 msk ólífuolía
- 12 sneiðar prosciutto
- 12 stór egg
- 2 bollar barnaspínat
- salt og pipar

LEIÐBEININGAR:
a) Hitið ofninn í 400 gráður.
b) Penslið ólífuolíu í hvert hólf í muffinsforminu. Settu eina sneið af prosciutto inn í hvert hólf, þrýstu til að tryggja að hliðar og botn séu að fullu fóðraðir (þú gætir þurft að rífa prosciutto í nokkra bita til að auðveldara sé að fá bollaform).
c) Setjið 2-3 smáspínatblöð í hvern bolla og toppið með eggi. Stráið salti og pipar yfir eftir smekk.
d) Bakið í 12 mínútur fyrir eggjarauðu sem er örlítið sultuð, eða allt að 15 mínútur fyrir harðari eggjarauðu.

FORréttir og bítur

7. Hörpuskel og prosciutto bitar

Gerir: 8

HRÁEFNI:
- ½ bolli þunnt sneiðar prosciutto
- 3 matskeiðar rjómaostur
- 1 pund hörpuskel
- 3 matskeiðar ólífuolía
- 3 söxuð hvítlauksrif
- 3 matskeiðar parmesanostur
- Saltið og piprið eftir smekk – varkár, þar sem prosciutto verður salt

LEIÐBEININGAR:
a) Berið smá hjúp af rjómaosti á hverja prosciutto sneið.
b) Næst skaltu vefja sneið af prosciutto utan um hverja hörpudisk og festa með tannstöngli.
c) Hitið ólífuolíuna á pönnu.
d) Steikið hvítlaukinn í 2 mínútur á pönnu.
e) Bætið hörpuskelinni inn í álpappír og eldið í 2 mínútur á hvorri hlið.
f) Dreifið parmesanosti yfir.
g) Bætið við salti og pipar eftir smekk ef vill.
h) Hreinsaðu umfram vökvann með pappírshandklæði.

8. Prosciutto vafinn Mozzarella kúlur

Gerir: 4

HRÁEFNI:
- 8 Mozzarella kúlur, kirsuberjastærð
- 4 aura beikon, sneið
- ¼ tsk malaður svartur pipar
- ¾ teskeið þurrkað rósmarín
- 1 tsk smjör (⅛ holl fita)

LEIÐBEININGAR:
a) Stráið beikonsneiðunum yfir möluðum svörtum pipar og þurrkuðu rósmaríni.
b) Vefjið hverri Mozzarella kúlu inn í sneið beikon og festið þær með tannstönglum.
c) Bræðið smjör.
d) Penslið vafðar Mozzarella kúlur með smjöri.
e) Klæðið bökunarplötuna með bökunarpappír og raðið Mozzarella kúlum í það.
f) Bakið máltíðina í 10 mínútur við 365F.

9. **Umbúðir plómur**

Gerir: 8

HRÁEFNI:
- 2 aura prosciutto, skorið í 16 bita (2 halla)
- 4 plómur, í fjórðunga (1 magur)
- 1 msk graslaukur, saxaður (1/4 grænn)
- Klípa af rauðum piparflögum, muldar (1/4 krydd)

LEIÐBEININGAR:
a) Vefjið hvern plómufjórðung inn í sneið, raðið öllum á fat, stráið graslauknum og piparflögunum yfir og berið fram.

10. Pasta rúllur með rjómalagaðri tómatsósu

Gerir: 8 skammta

HRÁEFNI:
- 2 Pasta; ferskur 9 x 12
- 6 aurar Prosciuttos; þunnar sneiðar
- 1 pund spínat; blöð eingöngu, gufa
- 4 aura Ricotta ostur
- 2 aura Mozzarella ostur
- 4 matskeiðar Reggiano parmesanostur
- Salt
- Pipar
- Múskat
- Rjómalöguð tómatsósa
- 35 aura plómutómatar; tæmd
- 3 matskeiðar sætt smjör
- 2 Med Laukur; smátt saxað
- 1 bolli þurrt hvítvín
- 2 bollar kjúklingakraftur
- 1 bolli Þungur rjómi

LEIÐBEININGAR:
a) Látið suðu koma upp í risastóran pott af söltu vatni. Setjið pasta út í og eldið í um 2 mínútur.
b) Fjarlægðu blöðin úr vatni og skolaðu af - handfangið varlega - settu síðan á blöð af plastfilmu. Þeytið toppinn af lakinu með pappírshandklæði og hyljið pastað með prosciuttos í 1 lagi.
c) Dreifið spínati/ostablöndunni yfir prosciuttos og rúllið upp með 6" hliðinni.
d) Notaðu plastfilmuna til að aðstoða þig við að rúlla honum þétt og pakkaðu rúllunni síðan inn í plastfilmuna og geymdu í kæli þar til þú ert tilbúinn til notkunar.

SÓSA:
e) Bræðið smjör á stórri pönnu og steikið laukinn þar til hann byrjar að brúnast.
f) Bætið víni á pönnu, látið suðuna koma upp og minnkað vökvann í um ¼ bolla.
g) Bætið kjúklingakraftinum út í og látið suðuna koma upp aftur.
h) Dragðu úr þessari blöndu þar til það er um ½ bolli. Kreistið tómatana í gegnum fingurna til að brjóta þá í sundur og bætið þeim við minnkaðan vökva í pönnunni, látið suðuna koma upp og lækkið niður í lágan hita og látið malla í um 30 mínútur, fylgist vel með og hrærið oft.
i) Bætið þungum rjóma út í, haltu áfram að elda rólega í 10 mínútur.
j) Smakkið til, kryddið með salti og pipar.

SAMSETNING:
k) Fjarlægðu pastarúllur úr plastfilmu og settu á pönnu með sósunni.
l) Þegar það er hitað, skerið hvern enda rúllunnar af til að gera hana jafna.
m) Skerið síðan rúlluna í 3 jafna bita.
n) Til að bera fram, setjið sósupott á botn disksins og setjið 2 eða 3 stk af pastarúllu á hvern disk, með hjólahliðina upp.

o) Stráið rifnum osti yfir ef ykkur líkar það og njótið.

11. Bragðmikil prosciutto hjól

Gerir: 24 skammta

HRÁEFNI:
- 2 tsk frosið laufabrauð
- ½ pund smátt skorinn prosciutto; skipt
- 3 aura Nýrifinn parmesanostur; skipt
- 1 krukka sætt heitt sinnep - (4 oz); skipt
- 1 egg; barinn með
- 2 matskeiðar Vatn

LEIÐBEININGAR:
a) Þiðið smjördeig við stofuhita í 20 til 30 mínútur. Létt hveiti borð og rúlla út eina lak af sætabrauð til um 12 x 15 tommur. Dreifðu sætabrauðinu með helmingnum af sinnepi. Toppið með helmingnum af prosciutto, raðað í stök lög. Stráið prosciutto helmingnum af parmesanosti yfir. Þrýstu ostinum niður með fingrunum eða spaða. Rúllaðu sætabrauðinu í spíral.

b) Penslið brúnirnar með smá vatni og þrýstið á til að loka. Notaðu serrated hníf, sneið rúlluna í eins tommu pinwheels. Raðið hjólum á ofnplötu og þjappið þeim saman með botni glass eða bakhlið spaða.

c) Endurtaktu fyrir annað laufabrauðsblaðið og kældu síðan hjólin í kæli í 15 mínútur. Penslið hjólin með eggjaþvotti og bakið í 400 gráðu heitum ofni í tíu mínútur. Snúðu og bakaðu fimm til tíu mínútur í viðbót eða þar til gullinbrúnt.

12. Walnut, Fig og Prosciutto Crostini

Gerir um: 12

HRÁEFNI:
- 1 ciabatta brauð, skorið ½ tommu þykkt
- Extra virgin ólífuolía
- 12 sneiðar af prosciutto
- ¼ bolli ristaðar valhnetur, saxaðar
- Extra virgin ólífuolía
- 6 þroskaðar fíkjur, rifnar í tvennt
- 1 búnt af ferskri steinselju
- 1 hvítlauksgeiri, skorinn í sneiðar
- Nýmalaður svartur pipar
- 6 matskeiðar Balsamic edik

LEIÐBEININGAR:
a) Forhitið grillpönnu og grillið ciabatta sneiðarnar.
b) Nuddaðu varlega niðurskornu hlið hvítlauksins á ciabatta.
c) Dreypið extra virgin ólífuolíu yfir.
d) Settu bita af prosciutto og fíkjuhelming ofan á hvern heitan crostini þinn.
e) Setjið steinselju og valhnetur yfir og dreypið meiri extra virgin ólífuolíu yfir.
f) Bætið ögn af balsamikediki út í og kryddið með nýmöluðum svörtum pipar áður en það er borið fram.

13. **Salami og Brie Crostini**

Gerir: 4 til 6 skammta

HRÁEFNI:
- 1 franskt baguette, skorið í 4-6 þykka bita
- 8 aura umferð af Brie osti, þunnt sneið
- 4 aura pakki af Prosciutto
- ½ bolli trönuberjasósa
- ¼ bolli ólífuolía
- Fersk mynta

BALSAMIGLJÁR:
- 2 matskeiðar púðursykur
- ¼ bolli Balsamic edik

LEIÐBEININGAR:
BALSAMIGLJÁR:
a) Í potti við lágan hita, bætið púðursykri og einum bolla af balsamikediki út í.
b) Látið malla þar til edikið hefur þykknað.
c) Taktu gljáann af hitanum og láttu hann kólna. Það mun þykkna þegar það kólnar.

SAMSETNING:
d) Penslið baguette létt með ólífuolíu og ristið í ofni í 8 mínútur.
e) Smyrjið brie á brauðið.
f) Bætið frjálslegri teskeið af trönuberjasósu og prosciutto ofan á.
g) Toppið með ögn af balsamikglasúrnum og síðan myntulauf.
h) Berið fram strax.

14. Proscuitto og Mozarella Bruschetta

Gerir: 3 skammta

HRÁEFNI:
- ½ bolli smátt saxaðir tómatar
- 3 oz hakkað mozzarella
- 3 prosciutto sneiðar, saxaðar
- 1 msk ólífuolía
- 1 tsk þurrkuð basil
- 6 litlar franskar brauðsneiðar

LEIÐBEININGAR:
a) Forhitaðu loftsteikingarvélina í 350 gráður F. Settu brauðsneiðarnar og ristuðu í 3 mínútur. Toppið brauðið með tómötum, prosciutto og mozzarella. Stráið basilíkunni yfir mozzarella. Dreypið ólífuolíu yfir.

b) Settu aftur í loftsteikingarvélina og eldaðu í 1 mínútu í viðbót, nóg til að verða bráðnandi og hlý.

15. Minty rækjubitar

Gerir: 16

HRÁEFNI:
- 2 matskeiðar ólífuolía
- 10 aura rækjur, soðnar
- 1 msk mynta, söxuð
- 2 matskeiðar erýtrítól
- ⅓ bolli brómber, mulin
- 2 tsk karrýduft
- 11 prosciutto sneiðar
- ⅓ bolli grænmetiskraftur

LEIÐBEININGAR:
a) Dreypið olíu yfir hverja rækju eftir að hafa pakkað henni inn í prosciutto sneiðar.
b) Blandið saman brómberjum, karrýi, myntu, soði og erýtrítóli í skyndipottinum, hrærið og eldið í 2 mínútur við lágan hita.
c) Bætið gufuskipskörfunni og vafinum rækjum í pottinn, setjið lok á og eldið í 2 mínútur á háum hita.
d) Setjið innpakkaðar rækjur á disk og dreypið myntusósu yfir áður en þær eru bornar fram.

16. Pera, Radish Microgreen & Prosciutto Bite

Gerir: 18 bita

HRÁEFNI:
- 8 aura af mjúkum geitaosti
- 6 aura prosciutto, skorinn í strimla
- 2-eyri pakki af radish microgreens
- ¼ bolli nýkreistur sítrónusafi
- 2 perur, sneiddar

LEIÐBEININGAR:
a) Dreypið sítrónusafa yfir hverja perusneið.
b) Dreifið ¼ teskeið af mjúkum geitaosti á annan helming perusneiðarinnar og skiptið svo um hráefnin og hinn helminginn.
c) Dreifið annarri ¼ teskeið af mjúkum geitaosti ofan á efstu perusneiðina, fylgt eftir með samanbrotinni ræmu af prosciutto og ögn af mjúkum geitaosti, síðan radish microgreens.
d) Setjið saman perusneiðarnar sem eftir eru og berið fram með meira radish microgreens ofan á.

17. **Muffins prosciutto bolli**

HRÁEFNI:
- 1 sneið prosciutto (um 1/2 únsa)
- 1 meðalstór eggjarauða
- 3 matskeiðar skorinn Brie
- 2 matskeiðar skorinn mozzarella ostur
- 3 matskeiðar rifinn parmesanostur

LEIÐBEININGAR:

a) Forhitið ofninn í 350°F. Takið út muffinsform með holum um 2 1/2" breitt og 1 1/2„ djúpt.

b) Brjótið prosciutto sneið í tvennt svo hún verði næstum ferningur. Setjið það í muffinsform vel til að klæða það alveg.

c) Setjið eggjarauða í prosciutto bolla.

d) Bætið ostum ofan á eggjarauðu varlega án þess að brjóta hana.

e) Bakið í um 12 mínútur þar til eggjarauðan er elduð og hlý en samt rennandi.

f) Látið kólna í 10 mínútur áður en það er tekið úr muffinsforminu.

18. Avókadó prosciutto kúlur

HRÁEFNI:
- 1/2 bolli macadamia hnetur
- 1/2 stórt avókadó, skrælt og grýtt (um 4 aura kvoða)
- 1 eyri soðinn prosciutto, mulinn
- 1/4 tsk svartur pipar

LEIÐBEININGAR:
a) Í lítilli matvinnsluvél, mulið macadamia hnetur þar til þær hafa molnað jafnt og þétt. Skiptu í tvennt.
b) Blandið avókadó, helmingi macadamia hnetanna, prosciutto mola og pipar saman í litla skál og blandið vel saman með gaffli.
c) Myndaðu blönduna í 6 kúlur.
d) Setjið afganginn af muldum macadamia hnetum á meðalstóran disk og rúllið einstökum kúlum í gegn til að hjúpa jafnt.
e) Berið fram strax.

19. Prosciutto franskar

Hráefni
- 12 (1 eyri) sneiðar prosciutto
- Olía

LEIÐBEININGAR:

a) Forhitið ofninn í 350°F.

b) Klæðið bökunarplötu með bökunarpappír og leggið prosciutto sneiðar út í einu lagi. Bakið í 12 mínútur eða þar til prosciutto er stökkt.

c) Látið kólna alveg áður en það er borðað.

20. Lágkolvetnasalatsamloka

Gerir: 1 MANN

HRÁEFNI:
- 8 ísjakasalat
- 1 msk heimabakað majónesi
- 1 tsk gult sinnep
- 3 prosciutto sneiðar
- 2 sneiðar af lífrænni skinku
- 3 sneiðar af lífrænum kjúklingabringum
- 5 sneiðar agúrka
- 8 kirsuberjatómatar skornir í tvennt
- 1 stykki af smjörpappír

LEIÐBEININGAR:
a) Settu smjörpappírinn á skurðbretti. Leggðu 5 til 8 salatblöð í miðjuna á smjörpappír og hliðar salatlaufanna ættu að vera ofan á hvort annað og skilja ekki eftir bil á milli salatanna. Settu áleggið í lag með því að dreifa fyrst sinnepi og majónesi.
b) útsýni yfir salatpappír á tréplötu
c) Bætið síðan við Prosciutto og sneiðunum af sælkjöti (skinku og kjúklingabringum), gúrkusneiðum og kirsuberjatómötum.
d) útsýni yfir salatpappír með sælkjöti á trébretti
e) Rúllaðu salatpappírunum með því að nota pergamentið sem grunn. Rúllið salatpappírnum eins þétt og hægt er.
f) Yfirborðsmynd af salatpappír með sælkjöti, gúrku og kirsuberjatómötum á trébretti
g) Brjóttu brúnirnar á hvolfunum í miðjuna á miðjunni og haltu áfram að rúlla eins og burrito. Þegar það er alveg vafið, veltið afgangnum af pergamentinu utan um kálið.
h) Yfirborðsmynd af salatpappír með sælkjöti á tréplötu sem verið er að pakka inn
i) Notaðu hníf til að skera salatpappírinn í sneiðar og njóta!
j) nærmynd af salatpappírssamloku

21. Kúrbítsbitar sem eru pakkaðir með prosciutto

GERIR: 18 TIL 20 RÚLLUR

HRÁEFNI:

- 4 litlir eða 2 meðalstórir kúrbítar, skornir langsum í mjög þunnar tætlur
- 1 matskeið extra virgin ólífuolía
- Kosher salt og nýmalaður pipar
- 6 aura geitaostur
- 1 matskeið ferskt timjan, auk meira til að bera fram
- 2 tsk hunang, auk meira til að bera fram
- Börkur af ½ sítrónu
- ¼ bolli sólþurrkaðir tómatar pakkaðir í olíu, tæmdir og saxaðir
- ¼ bolli fersk basilíkublöð, saxuð
- 10 þunnar sneiðar prosciutto, skornar í tvennt eftir endilöngu

LEIÐBEININGAR:

a) Forhitið ofninn í 425°F. Klæðið bökunarplötu með bökunarpappír.

b) Í stórri skál skaltu henda kúrbítsböndunum með ólífuolíu og smá salti og pipar.

c) Hrærið saman geitaostinum, timjaninu, hunanginu, sítrónuberki, sólþurrkuðum tómötum, basil og smá salti og pipar í lítilli skál.

d) Vinnið með einn í einu, leggið kúrbítsborða á hreint vinnuborð. Setjið 1 matskeið af ostablöndunni á annan endann og rúllið bandinu upp. Vefjið stykki af prosciutto utan um kúrbítinn til að tryggja. Settu rúllurnar með saumahliðinni niður á tilbúna bökunarplötu. Endurtaktu með kúrbítsböndunum sem eftir eru.

e) Bakið þar til prosciutto er stökkt, 20 til 25 mínútur. Rúllurnar eiga eftir að leka aðeins; þetta er allt í lagi. Látið þær standa á ofnplötunni í 6 mínútur áður en þær eru bornar fram með fersku timjani yfir og hunangi stráð yfir.

22. Skinku og ferskja sushi skál

HRÁEFNI:
- 2 bollar tilbúnir (400 g) Hefðbundin Sushi hrísgrjón eða Fljótleg og auðveld Sushi hrísgrjón í örbylgjuofni
- 1 stór ferskja, fræhreinsuð og skorin í 12 báta
- ½ bolli (125 ml) Sushi hrísgrjóndressing
- ½ tsk hvítlauks chili sósa
- Skvettu af dökkri sesamolíu
- 4 únsur. (125 g) prosciutto, skorið í þunnar strimla
- 1 búnt karsa, þykkir stilkar fjarlægðir

LEIÐBEININGAR:
a) Undirbúið Sushi hrísgrjónin og auka Sushi hrísgrjón dressinguna.
b) Settu ferskjubátana í meðalstóra skál. Bætið við Sushi hrísgrjónasósunni, hvítlauks chilisósunni og dökku sesamolíunni. Hellið ferskjunum vel út í marineringuna áður en þær eru settar yfir. Látið ferskjurnar stífna við stofuhita í marineringunni í að minnsta kosti 30 mínútur og allt að 1 klst.
c) Safnaðu saman 4 litlum framreiðsluskálum. Bleytið fingurgómana áður en þú setur ½ bolli (100 g) af tilbúnum Sushi hrísgrjónum í hverja skál. Fletjið yfirborð hrísgrjónanna varlega út. Skiptið álegginu jafnt í aðlaðandi mynstur ofan á hverri skál og leyfið 3 ferskjusneiðum í hverjum skammti. (Þú getur tæmt mest af vökvanum úr ferskjunum áður en þú setur skálarnar yfir, en ekki klappa þeim þurrt.)
d) Berið fram með gaffli og sojasósu til að dýfa í ef vill.

23. Parmaskinku-vafinn aspas

Gerir: 2

HRÁEFNI:
- 8 aspasspjót
- 8 sneiðar parmaskinku
- 2 matskeiðar ólífuolía
- 2 matskeiðar parmesan, rifinn

LEIÐBEININGAR:
a) Forhitið viðarofninn í miðlungs hátt hitastig.
b) Blasaðu aspasspjótin í potti með því að setja þau í varlega sjóðandi vatn í tvær mínútur, fjarlægðu þau síðan og settu þau í ísvatn eða undir köldu rennandi vatni.
c) Settu Grizzler inn í viðarofninn þinn til að hita upp eftir að þú hefur bætt við ólífuolíunni.
d) Vefjið parmaskinkukantinum utan um aspasspjótið, veltið því þannig að spjótið hjúpist alveg í skinkuna.
e) Taktu Grizzler úr ofninum og settu innpakkana aspasinn.
f) Stráið parmesan yfir aspasinn og setjið Grizzler aftur í ofninn.
g) Grillið í tvær mínútur á hvorri hlið, eða þar til hleðslumerki koma fram á báðum hliðum.

24. Antipasto fat með prosciutto og melónu

Gerir: 12 skammta

HRÁEFNI:
- 8 únsur smátt skorinn prosciutto
- Salatblöð
- 2 bollar Melónukúlur eða teningur
- 1 bolli Ferskur ananas teningur
- ¼ bolli Möndlur, ristaðar
- 2 matskeiðar Ólífuolía
- 2 matskeiðar hvítt balsamik edik
- 2 matskeiðar Myldur gráðostur

a) Rúllaðu upp hverri prosciutto sneið og raðaðu á stórt salatfóðrað borðdisk.
b) Settu ávexti og hnetur í kringum prosciutto.
c) Blandið saman ólífuolíu og balsamikediki og dreypið blöndunni yfir allt.
d) Stráið gráðosti yfir.

25. Grillaðar kantarellur og prosciutto-vafðar fíkjur

Gerir: 4 skammta

HRÁEFNI:
4 aura Prosciutto di Parma þunnt sneið
½ bolli Extra-virgin ólífuolía
3 matskeiðar Balsamic edik
½ tsk Salt
¼ tsk pipar
10 Þroskaðar en stífar Black Mission fíkjur snyrtar, helmingaðar langsum
4 aura kantarellusveppir þurrkaðir af
8 bollar Arugula lauf lauslega pakkað
¼ bolli blandað æt blóm (valið)

1. Notaðu lítinn beittan hníf til að skera tuttugu 3 x 1 tommu ræmur úr prosciutto. Skerið afganginn af prosciutto í 1-x-tommu ræmur.
2. Þeytið saman ólífuolíu, balsamik edik, salt og pipar í lítilli skál. Geymið bolla af dressingunni og setjið til hliðar. Hellið vínaigrettunni sem eftir er í miðlungs óvirka skál. Bætið fíkjuhelmingunum og sveppunum út í og hrærið varlega. Látið marinerast í 30 mínútur.
3. Kveiktu á grilli eða forhitaðu grillið. Fjarlægðu fíkjuhelmingana úr marineringunni einn í einu og pakkaðu hver fyrir sig inn í stórar ræmur af prosciutto. Til skiptis við sveppina, þræðið 5 af vafðu fíkjuhelmingunum á hvern af fjórum 10 tommu löngum tréspjótum. Grillið eða steikið í um það bil 1 mínútu á hvorri hlið þar til þær eru ljósbrúnar.
Flyttu yfir á disk.
4. Í stórri salatskál skaltu henda ruccola með frátekinni dressingu. Skiptið á 4 stóra salatdiska. Raðið fíkjum og sveppum sem eru vafðar með prosciutto úr 1 teini á hvert salat. Skreytið með ætu blómi og litlum sneiðum sem eftir eru af prosciutto. Berið fram strax.

SAMLAKA OG HAMBARAR

26. Súrdeig, Provolone, Pestó

Gerir: 16

HRÁEFNI:
- 1/2 bolli Extra Virgin ólífuolía
- 8 sneiðar súrdeigsbrauð
- 1/4 bolli pestó
- 16 þunnar sneiðar Provolone ostur
- 12 þunnar sneiðar prosciutto
- 4 heilar, ristaðar rauðar paprikur, niðurskornar

LEIÐBEININGAR:
a) Hitaðu Panini grillið þitt samkvæmt leiðbeiningum framleiðanda.
b) Dreifðu pestói yfir hvern helming brauðsins áður en þú setur ½ af osti, prosciutto, piparstrimlum og ostinum sem eftir er yfir neðri helminginn og lokaðu því til að búa til samloku.
c) Setjið smá smjör ofan á og eldið þennan Panini í forhitaðri grillinu í um það bil 4 mínútur eða þar til að utan er gullbrúnt.

27. Seattle kjúklingasamloka

Gerir: 6

HRÁEFNI:
- 6 sneiðar ítalskt brauð
- 1/3 bolli basil pestó
- 3 únsur. sneiðar prosciutto, valfrjálst
- 1 (14 oz.) dósir þistilhjörtu, tæmd og skorin í sneiðar
- 1 (7 oz.) krukkur ristuð rauð paprika, tæmd og skorin í strimla
- 12 únsur. eldaður kjúklingur, skorinn í strimla
- 4-6 únsur. rifinn provolone ostur

LEIÐBEININGAR:
a) Áður en þú gerir eitthvað skaltu forhita ofninn í 450 F.
b) Húðaðu aðra hlið hverrar brauðsneiðar með pestói.
c) Raðið prosciutto sneiðunum og síðan þistilsneiðum, rauðum piparstrimlum og kjúklingastrimlum yfir brauðsneiðarnar.
d) Leggðu 6 stykki af filmu yfir skurðbretti. Setjið hverja samloku varlega í álpappír og vefjið henni síðan utan um hana.
e) Setjið þær á bökunarplötu og eldið þær síðan í ofni í 9 mín.
f) Fargið álpappírsbitunum og setjið samlokurnar aftur á bakkann.
g) Stráið rifnum osti yfir þá. Steikið samlokurnar í ofninum í 4 mín í viðbót.
h) Berið fram samlokurnar þínar heitar með uppáhalds álegginu þínu.
i) Njóttu.

28. Prosciutto og Taleggio með fíkjum á Mesclun

Gerir: 4

HRÁEFNI:
- 8 örþunnar sneiðar af súrdeigsbrauði eða baguette
- 3 matskeiðar extra virgin ólífuolía, skipt
- 3—4 aura prosciutto, skorinn í 8 sneiðar
- 8 aura þroskaður Taleggio ostur, skorinn í átta ¼ tommu þykka bita
- 4 stórar handfyllingar af salat vorblöndu (mesclun)
- 2 matskeiðar saxaður ferskur graslaukur
- 2 matskeiðar saxaður ferskur kirtill
- 1 msk ferskur sítrónusafi Salt
- Svartur pipar
- 6 þroskaðar svartar fíkjur, skornar í fjórða
- 1—2 tsk balsamik edik

LEIÐBEININGAR:

a) Penslið brauðið létt með örlitlu magni af ólífuolíu og raðið á bökunarplötu. 2 Forhitið ofninn í 400°F. Settu brauðin á efstu grind og bakaðu í um það bil 5 mínútur, eða þar til þau eru rétt farin að verða stökk. Takið út og látið kólna, um það bil 10 mínútur.

b) Þegar það er kalt skaltu vefja prosciutto sneiðunum utan um Taleggio sneiðarnar og setja hverja þeirra ofan á brauðstykki. Taktu til hliðar augnablik á meðan þú útbýr salatið.

c) Blandið grænmetinu saman við um 1 matskeið af ólífuolíu, graslauknum og kervelnum, blandið síðan saman við sítrónusafann, salti og pipar eftir smekk. Raðið á 4 diska og skreytið með fíkjufjórðungunum.

d) Penslið toppana af prosciutto pakkningunum með afganginum af ólífuolíu, setjið síðan í stóra ofnfasta pönnu og bakið í 5 til 7 mínútur, eða þar til osturinn byrjar að leka og prosciuttoinn stökkur í kringum brúnirnar.

e) Fjarlægðu pakkana fljótt og raðaðu á hvert salat, hristu síðan balsamikedikið á heita pönnuna. Snúðu því svo að það hitni og helltu því síðan yfir salötin og ristað brauð. Berið fram strax.

29. <u>**Strawberry Basil Prosciutto Grillaður ostur**</u>

HRÁEFNI:
- 12 únsur. Ferskur mozzarella, skorinn í sneiðar
- 8 sneiðar hvítt brauð, skorið þykkt
- 2 matskeiðar mjúkt smjör
- 8 fersk jarðarber (miðlungs til stór), þunnar sneiðar
- 12 fersk basilíkublöð, heil
- 8 sneiðar prosciutto, skornar þunnar
- 2 únsur. balsamic gljáa

LEIÐBEININGAR:
a) Leggðu út brauðsneiðar og smjör aðra hliðina á hverri.
b) Á smjörlausu hliðinni skaltu setja ferskan mozzarella, jarðarber, basilíkulauf og prosciutto í lag. Dreifið balsamikgljáa yfir; setjið afganginn af brauðinu ofan á og færið yfir á forhitaða nonstick pönnu.
c) Eldið í um það bil eina mínútu, þrýstið niður með spaða. Snúið við og endurtakið þar til gullbrúnt.
d) Takið út, dreypið auka balsamikglasúr yfir ef vill, skerið og berið fram.

30. Mozzarella, Prosciutto og fíkjusulta

Gerir: 4

HRÁEFNI:
- 4 mjúkar franskar eða ítalskar rúllur (eða hálfbakaðar ef þær eru til)
- 10—12 aura ferskur mozzarella, þykkur sneið
- 8 aura prosciutto, þunnt sneið
- ¼-½ bolli fíkjusulta eða fíkjusulta, eftir smekk
- Mjúkt smjör til að smyrja á brauð

LEIÐBEININGAR:
a)   Kljúfið hverja rúllu og leggið í lag með mozzarella og prosciutto. Dreifið efstu sneiðunum með fíkjusultunni og náið síðan.
b)   Smyrjið létt utan á hverja samloku.
c)   Hitið þunga nonstick pönnu eða panini pressu yfir miðlungs háan hita. Setjið samlokurnar á pönnuna, vinnið í tveimur lotum eftir stærð pönnunnar.
d)   Ýttu ásamlokureða lokaðu grillinu og brúnaðu, snúðu einu sinni eða tvisvar þar til brauðið er stökkt og osturinn bráðnaður. Þó að rúllurnar byrji sem kringlóttar eru þær talsvert flatari þegar þær hafa verið pressaðar og auðvelt að snúa þeim, þó varlega sé.

31. Bocadillo frá Eyjan Ibiza

Gerir: 4

HRÁEFNI:
- 4 stórar mjúkar rúllur í frönskum eða ítölskum stíl
- 6—8 hvítlauksgeirar, helmingaðir
- 4-6 matskeiðar extra virgin ólífuolía
- 1 matskeið tómatmauk
- 2—3 stórir þroskaðir tómatar, þunnar sneiðar
- Ríkulegt strá af þurrkuðu oregano
- 8 þunnar sneiðar spænskur jamon eða álíka skinka eins og prosciutto
- Um það bil 10 aura mildur og bráðnandi en samt bragðmikill ostur, eins og Manchego, Idiazábal, Mahon, eða Kaliforníuostur eins og Ig Vella's semi secco eða Jack
- Blandaðar Miðjarðarhafsólífur

LEIÐBEININGAR:
a) Forhitið grillið.
b) Skerið rúllurnar opnar og ristið létt á hvorri hlið undir grillinu.
c) Nuddaðu hvítlauknum á afskornu hlið hvers brauðs.
d) Dreifið hvítlauksnudda brauðinu með ólífuolíu og penslið utan með aðeins meira af olíunni. Smyrjið létt með tómatmaukinu, leggið síðan niðursneidda tómatana og safa þeirra á rúllurnar, þrýstið tómatmaukinu og tómötunum saman við svo safinn gleypist í brauðið.
e) Stráið mulnu oregano yfir og settu síðan skinkuna og ostinn yfir. Lokið og þrýstið vel saman og penslið síðan létt með ólífuolíu.
f) Hitið þunga pönnu eða panini pressu yfir miðlungsháan hita og bætið síðan samlokunum við. Ef þú notar pönnu skaltu þyngjasamlokur niður.
g) Lækkið hitann í meðal-lágan og eldið þar til hann er létt stökkur að utan og osturinn byrjar að bráðna. Snúið við og brúnið á annarri hliðinni.
h) Skerið í tvennt og berið fram strax, með handfylli af blönduðum ólífum við hliðina.

32. Tómatar og Mahon ostur á ólífubrauði

GERIR 4

HRÁEFNI:
- 10—12 fersk, lítil salvíublöð
- 3 matskeiðar ósaltað smjör
- 1 matskeið extra virgin ólífuolía
- 8 sneiðar sveitabrauð
- 4 aura prosciutto, þunnt sneið
- 10-12 aura fjallaostur með fullum bragði eins og fontina, þroskaður Beaufort eða Emmentaler
- 2 hvítlauksgeirar, saxaðir

LEIÐBEININGAR:
a)   Hrærið salvíublöðin, smjörið og ólífuolíuna saman í þungri nonstick pönnu á miðlungs lágum hita þar til smjörið bráðnar og freyðir.
b)   Á meðan skaltu setja út 4 brauðsneiðar, toppa með prosciutto, síðan fontina, svo stráð af hvítlauk. Setjið afganginn af brauðinu ofan á og þrýstið vel saman.
c)   Settu samlokurnar varlega í heita salvíusmjörblönduna; þú gætir þurft að gera þær í nokkrum lotum eða nota 2 pönnur. Þyngd meðþung steikarpönnu ofan áað þrýsta samlokunum niður. Eldið þar til það er létt stökkt að utan og osturinn byrjar að bráðna. Snúið við og brúnið á annarri hliðinni.
d)   Berið fram samlokur heitar og stökkar, skornar í ská helming. Fleygðu salvíublöðunum eða nartaðu þau upp, stökk og brúnuð.

33. Kúbanar

Gerir: 4

HRÁEFNI:
- 4 (6 tommu) hetjurúllur
- ¼ bolli (½ stafur) ósaltað smjör, við stofuhita
- 4 tsk Dijon sinnep
- ¼ bolli majónesi (keypt í búð eða heimabakað)
- ½ pund þunnt sneiddur svissneskur ostur
- 1 bolli tæmd Pour-Over súrum gúrkum eða þunnt sneiðar dill súrum gúrkum
- ½ pund þunnt sneiðar afgangar af steiktu svínaöxli (um 6 sneiðar)
- ½ pund þunnt sneiðar prosciutto cotto

a) Smyrjið brauðið. Skerið rúllurnar í tvennt lárétt. Smyrjið utan á hvern helming með smjöri. Setjið á pönnu með skurðhliðinni upp.

b) Byggðu samlokuna. Smyrjið hvern rúllubotn með 1 tsk sinnepi og hvern rúllutopp með 1 msk majónesi. Skerið ostasneiðarnar í tvennt og skiptið á rúllubotnana. Toppið með lagi af súrum gúrkum, steiktu svínakjöti og skinku. Hyljið með rúllutoppunum.

c) Grillaðu samlokurnar. Hitið stóra steypujárnspönnu yfir miðlungs-lágsta þar til hún er heit. Vinnið í lotum, ef nauðsyn krefur, flytjið samlokurnar varlega yfir á pönnuna. Hyljið með álpappír og setjið stóran, þungan pott ofan á.

d) Eldið, þrýstið stundum niður á pottinn, í 4 til 5 mínútur, þar til botninn er gullinbrúnn og stökkur.

e) Snúðu samlokunum og skiptu um álpappír og þunga pottinn.

f) Eldið í 4 til 5 mínútur, þar til önnur hliðin er gullinbrún og osturinn er alveg bráðinn. Færið yfir á skurðbretti og skerið samlokurnar í tvennt í horn.

g) Færið yfir í framreiðslurétti og berið fram.

34. Fíkju- og prosciutto samlokur

Gerir: 2 skammta

HRÁEFNI:
1 Brauð rósmarín focaccia
3 fíkjur; skera í þunnar umferðir
1 sneið Prosciutto
1 handfylli þvegin rucola
Ólífuolía
Nýmalaður svartur pipar; að smakka

Skerið 4 stykki af focaccia þunnt lóðrétt. Settu lag af fíkjum á eitt stykki af focaccia. Bætið sneið af prosciutto og handfylli af rucola.

Stráið rucola með ólífuolíu yfir. Kryddið með pipar eftir smekk. Þrýstið vel á samlokuna til að fletja út. Skerið í tvennt.

RAUNNI

35. **Kiwi ávextir og rækjur**

Gerir: 4 skammta

HRÁEFNI:
- 3 Kiwi ávextir
- 3 matskeiðar Ólífuolía
- 1 pund rækjur, afhýddar
- 3 matskeiðar hveiti
- ¾ bolli Prosciutto, skorinn í þunnar strimla
- 3 skallottar, smátt saxaðir
- ⅓ teskeið Chili duft
- ¾ bolli þurrt hvítvín

LEIÐBEININGAR:
a) Afhýðið kiwi. Geymið 4 sneiðar til að skreyta og saxið afganginn af ávöxtunum. Hitið olíu í þungri pönnu eða wok. Kasta rækjum í hveiti og steikið, 30 sekúndur.

b) Bætið við Prosciutto, skalottlaukum og chilidufti. Steikið, 30 sekúndur í viðbót. Bætið söxuðu kívíinu út í og steikið, 30 sekúndur. Bætið víni út í og minnkað um helming.

c) Berið fram strax.

36. Prosciutto & Pestó kótilettur

Gerir: 2

HRÁEFNI:
- 4 sneiðar prosciutto
- 4 lambakótilettur
- 2 matskeiðar basil pestó

LEIÐBEININGAR:
a) Gerðu loftsteikingarvélina tilbúna með því að forhita hana í 180°C í 3 mínútur.
b) Setjið kótilettur í loftsteikingarvélina og eldið við 200°C í 5 mínútur.
c) Dreifðu 4 ræmum af prosciutto á yfirborðið og leggðu hverja kótilettu á rönd af prosciutto.
d) Smyrjið með basil pestói og vefjið prosciutto utan um kótilettu.
e) Farið aftur í loftsteikingarkörfuna í 7 mínútur.

37. Balsamic gljáður kjúklingur

Gerir: 4 skammta

HRÁEFNI:
- 1 (3 1/2 til 4 pund) kjúklingur
- 2 hvítlauksgeirar, smátt saxaðir
- 4 matskeiðar Rósmarínblöð skorin í bita
- 2 matskeiðar nýmalaður svartur pipar
- 1 tsk sjávarsalt
- 3 matskeiðar Virgin ólífuolía
- 2 aura Prosciutto börkur
- 2 aura parmesan börkur
- 2 miðlungs rauðlaukur, skipt í
- 1 tommu diskar
- 1 glas Lombroso
- 4 matskeiðar af balsamikediki
- 6 stór Radicchio di Treviso
- 2 matskeiðar Extra virgin ólífuolía

LEIÐBEININGAR:

a) Hitið grillið í 375 gráður.

b) Skolaðu og klappaðu þurrum kjúklingi. Taktu út innmatinn og leggðu til hliðar.

c) Saxið hvítlauk, rósmarín, pipar og sjávarsalt saman og blandið saman við jómfrúarolíu. Nuddið kjúklingnum að utan með rósmarínblöndunni. Setjið prosciutto og parmesan börkinn í holrúmið og látið standa í kæli yfir nótt.

d) Setjið laukskífur og innmat í botninn á lítilli þungbotna steikarpönnu. Setjið kjúklinginn ofan á laukinn, með bringunni upp. Hellið glasi af Lombroso yfir laukinn og nuddið kjúklinginn yfir allt með 4 matskeiðum af balsamikediki.

e) Setjið á grillið og eldið í 1 klukkustund og 10 mínútur.

f) Skerið Radicchio í tvennt eftir endilöngu og setjið á grillið og eldið í 3 til 4 mínútur á hvorri hlið. Takið af grillinu og penslið með extra virgin ólífuolíu og setjið til hliðar. Takið fuglinn af grillinu og leyfið honum að hvíla í 5 mínútur. Færðu kjúklinginn á útskurðardisk. Setjið lauk og innmat í fat ásamt safanum. Skerið kjúklinginn út, skvettið af ediki yfir og berið fram strax.

38. Basil kjúklingur

Gerir: 4

HRÁEFNI:
- 4 roðlausir, beinlausir kjúklingabringur helmingar
- 1/2 bolli tilbúið basil pestó, skipt
- 4 þunnar sneiðar prosciutto, eða fleiri ef þarf

LEIÐBEININGAR:
a) Smyrjið eldfast mót með olíu og stillið ofninn á 400 gráður áður en maður gerir eitthvað annað.
b) Toppið hvern kjúklingabita með 2 matskeiðum af pestói og hyljið síðan hvern kjúkling með bita af prosciutto.
c) Setjið svo allt í fatið.
d) Eldið allt í ofninum í 30 mínútur þar til kjúklingurinn er fullbúinn.
e) Njóttu.

39. Quail Yfir Grænmetis- og Skinkuræmur

HRÁEFNI:
- 4 T. jurtaolía
- 1 t. hakkað ferskt engifer
- 3 kvörtlur, klofnar
- Salt og pipar
- 3-4 T. kjúklingasoð
- 1 meðalstór kúrbít, skorinn í þunnar strimla
- 1 gulrót, skafin og skorin í þunnar strimla
- 4 heilir rauðlaukar, skornir í þunnar strimla
- 2 stórir spergilkálsstönglar, afhýðir og skornir í þunnar strimla
- 2 únsur. sveitaskinka eða prosciutto, skorin í þunnar strimla

LEIÐBEININGAR:
a) Hitið 2 matskeiðar af olíunni með engiferinu í stórri pönnu eða wok.
b) Brúnið vaktlina á öllum hliðum. Saltið og piprið þær. Bætið við smá seyði, hyljið og látið gufubrauðið rólega í 15 mínútur.
c) Fjarlægðu vaktina með safanum og haltu þeim heitum. Gerir: 2-3.

40. Kjúklingur og prosciutto með rósakáli

HRÁEFNI:
- 2 pund. kjúklingalundir
- 4 únsur. prosciutto
- 12 únsur. Rósakál
- 1/2 bolli kjúklingasoð
- 1 1/2 bollar þungur rjómi
- 1 tsk hakkaður hvítlaukur
- 1 sítróna, skorin í fjórðung og fræhreinsuð
- Ghee eða kókosolía til steikingar

LEIÐBEININGAR:

a) Forhitaðu ofninn í 400 gráður F.

b) Skerið rósakálið í tvennt og látið sjóða í 5 mínútur. Takið af hitanum og setjið til hliðar.

c) Bætið 1/2 bolli kjúklingasoði á pönnu og látið suðuna koma upp á meðallagi. Eftir það, bætið við þungum rjóma, söxuðum hvítlauk og sítrónu og látið malla í 5-10 mínútur og hrærið oft. Takið af hitanum og setjið til hliðar.

d) Hitið upp smá ghee á sérstakri pönnu og bætið kjúklingi út í. Eldið við meðalháan hita í nokkrar mínútur og bætið síðan söxuðum prosciutto út í þar til kjúklingurinn er eldaður.

e) Í litlum potti (9×9) og leggið ofan frá: rósakál, kjúklingur, prosciutto, sítrónurjómasósa ofan á.

f) Bakið í forhituðum ofni í 20 mínútur. Berið fram heitt.

41. Ljúffengt kjötsúpa

HRÁEFNI:
- 7 oz prosciutto, þunnt sneið
- 7 oz próvolón, þunnt sneið
- 2 bollar barnaspínat
- 1 bolli tómatsósa
- ½ bolli tómatmauk
- 1 msk eplaedik
- 4 msk stevía
- 1 pund svínakjöt
- ½ laukur, saxaður
- ½ bolli paprika, saxuð
- 2 hvítlauksrif, söxuð
- ¼ bolli parmesanostur, rifinn
- 2 lífræn egg
- 1 tsk oregano, þurrkað
- 1 tsk basil, þurrkuð
- Salt og pipar eftir smekk
- 1 msk smjör

LEIÐBEININGAR:
a) Stilltu ofninn á 350 F.
b) Bræðið smjörið á pönnu yfir miðlungs eldi. Setjið barnaspínatið út í og kryddið með salti og pipar. Eldið þar til blöðin visna.
c) Blandið saman tómatsósunni og maukinu í skál ásamt eplasafi og stevíu. Hrærið og setjið til hliðar.
d) Í annarri skál skaltu sameina svínakjöt, lauk, papriku, hvítlauk, parmesan og kryddjurtir. Blandið vel saman.
e) Leggðu smjörpappír um 10 tommur og dreifðu kjötinu ofan á. Raðið prosciutto ofan á og síðan spínat og provolone til að búa til kjöthleif. Innsigla hliðar.
f) Setjið kjötbrauðið í brauðform sem er klætt með filmu og hellið tómatsósunni yfir.
g) Bakið í ofni í rúma klukkustund eða þar til innri hiti nær 165 F.

42. Andabringur prosciutto

HRÁEFNI:
- 2 andabringur
- ½ bolli ljós púðursykur
- ¼ bolli kosher salt
- 2 tsk fínt saxaður appelsínubörkur
- 2 tsk malað kóríander
- 1 tsk möluð salvía
- 1 tsk nýmalaður svartur pipar

LEIÐBEININGAR:
a) Skerið húðhlið andabringanna á ská með því að draga mjög beittan hníf létt yfir húðina og í gegnum fituhettuna, þannig að skurðirnir eru um það bil ½ tommu á milli.

b) Blandið saman sykri, salti, appelsínubörk, kóríander, salvíu og pipar í lítilli skál. Nuddaðu þessari lækningu um allar hliðar öndarinnar, þar með talið í sprungur húðarinnar. Setjið öndina aftur í fatið með skinnhliðinni upp. Hyljið fatið vel með plastfilmu og kælið í 4 daga.

c) Snúið andabringunum við og hyljið fatið aftur vel með plastfilmunni. Geymið í kæli í 3 daga í viðbót.

d) Á þessum tímapunkti ætti öndin að hafa dökkrauðan lit og vera stinn yfir öllu, eins og vel gerð steik. Þetta þýðir að kjötið þitt er læknað. Ef það er enn mjög mjúkt skaltu snúa kjötinu aftur og láta það standa í annan dag eða tvo.

e) Til að tryggja að öndin þín sé óhætt að borða skaltu setja hana á grindina, með fituhliðinni upp, í forhitaða ofninum. Hitið öndina í um það bil 25 mínútur, eða þar til hún nær innra hitastigi 160°F (70°C).

f) Skolaðu öndina vel og klappaðu henni mjög þurrt. Skerið það rakvélarþunnt áður en það er borið fram.

43. Kjúklingabringur með prosciutto og salvíu

Gerir: 2 skammta

HRÁEFNI:
1 heilar beinlausar roðlausar kjúklingabringur
Hveiti kryddað með salti og pipar
2 matskeiðar ósaltað smjör
½ bolli þurrt hvítvín
¾ teskeið Þurrkuð salvía; molnaði
2 aura Prosciutto; julienned
Haldið kjúklingabringum eftir endilöngu og fletjið örlítið út á milli plastfilmu.

Dýptu kjúklinginn létt í krydduðu hveitinu. Hitið smjörið á stórri pönnu við hæfilega háan hita þar til froðan dregur úr og steikið kjúklinginn í því, þurrkaður og kryddaður með salti og pipar eftir smekk, í 2 mínútur á hvorri hlið, eða þar til hann hefur brúnast létt. Flyttu kjúklinginn með töngum yfir á upphitaða plötu og haltu honum heitum, þakinn, í forhituðum 250 ofni.

Bætið hvítvíninu og salvíunni á pönnuna, látið suðuna koma upp, hrærið og látið sjóða í 1 mínútu. Bætið kjúklingnum saman við safann sem safnast hefur fyrir á disknum og prosciutto, látið blönduna malla, undir loki í 4 til 5 mínútur, eða þar til kjúklingurinn er fjaðrandi að snerta og rétt eldaður í gegn, og kryddið með salti og pipar. Færið kjúklinginn yfir á 2 diska og hellið prosciutto sósunni yfir.

44. Kjúklingapallar með prosciutto og fíkjum

Gerir: 8 skammta

HRÁEFNI:
- 6 matskeiðar hvítt edik
- 3 matskeiðar Ferskt rósmarín, smátt saxað
- 1 tsk rauð paprika flögur
- 2 matskeiðar ferskur sítrónusafi
- 1 heil sítróna, skorin í sneiðar
- 1 tsk Salt
- ¼ tsk Nýmalaður svartur pipar
- ¼ bolli Ólífuolía
- 8 Heilbein og roð
- Kjúklingabringur helmingar, slegnir 1/4 tommu þykkir
- 16 Heilar fíkjur
- 1 pund sveitabrauð, skorið í sneiðar
- 8 sneiðar Prosciutto

Blandið saman víni, söxuðu rósmaríni, piparflögum, sítrónusafa, salti, pipar og olíu.

Hellið í stórt, grunnt mót sem er ekki hvarfgjarnt. Bætið kjúklingabringum, sítrónusneiðum og 3 rósmaríngreinum í marineringuna. Lokið, kælið í 3 klukkustundir eða allt að yfir nótt, snúið kjúklingnum af og til.

Penslið grillið með olíu. Hitið grillið í meðalheitt. Rétt áður en kjúklingur er eldaður skaltu grilla aftur með olíu. Grillið kjúkling þar til safi rennur út, 3 til 5 mínútur á hlið; setja til hliðar. Grillið heilar fíkjur á svalasta hluta grillsins þar til þær eru mjúkar og heitar, 3 til 6 mínútur.

Grillið brauðið þar til það er brúnt á báðum hliðum. Vefjið prosciutto lauslega utan um hverja kjúklingabringu. Raðið á fat. Skreytið með rósmaríni og berið fram með Balsamic fíkjusósu, fíkjum og brauði.

45. Basil og prosciutto-vafin lúða

Gerir: 2 skammta

HRÁEFNI:

- 6 lauf basil
- 2 sneiðar prosciutto
- 2 (4 aura) lúðuflök
- ½ tsk adobo krydd
- 1 matskeið ólífuolía

LEIÐBEININGAR:

a) Forhitið ofninn í 400 gráður F (200 gráður C).

b) Leggðu 3 basilíkublöð á hverja sneið af prosciutto. Kryddið lúðuflökin með Adobo-kryddi, setjið þau á aðra hliðina á tilbúnum sneiðum af prosciutto og vefjið fiskflökin með prosciutto og basilíku.

c) Setjið ofnþolna pönnu yfir meðalháan hita. Þegar pönnuna er orðin heit, hellið þá ólífuolíu út í og setjið innpakkuð lúðuflök á pönnuna.

d) Eldið flökin þar til prosciutto er gullinbrúnt, um 4 mínútur. Snúðu flökum við og færðu pönnuna inn í forhitaðan ofn. Bakið þar til fiskurinn er orðinn þéttur og eldaður í gegn, um 5 mínútur.

46. Herbed geitaostur og prosciutto rækjur

Gerir: 4 skammta

HRÁEFNI:
12 matskeiðar geitaostur
1 tsk Hakkað fersk steinselja
1 tsk Saxaður ferskur estragon
1 tsk Saxaður ferskur kirtill
1 tsk Saxað ferskt oregano
2 tsk Hakkaður hvítlaukur
Salt og pipar
12 stórar rækjur, afhýddar, skottaðar og
Fiðrildi
12 þunnar sneiðar af prosciutto
2 matskeiðar Ólífuolía
Dreypa af hvítum trufflum
Olía

Blandið ostinum, kryddjurtunum og hvítlauknum saman í blöndunarskál. Kryddið blönduna með salti og pipar. Kryddið rækjurnar með salti og pipar. Þrýstið einni matskeið af fyllingunni í holið á hverri rækju. Vefjið hverri rækju þétt inn með einu stykki af prosciutto. Hitið ólífuolíuna á pönnu. Þegar olían er orðin heit, bætið þá fylltu rækjunni út í og steikið í 2 til 3 mínútur á hvorri hlið, eða þar til rækjurnar verða bleikar og halar þeirra krullast inn að líkamanum. Takið af pönnunni og setjið á stóran disk. Dreifið rækjunni með truffluolíu.

Skreytið með steinselju.

47. Steiktur sóli með kartöflum og prosciutto

Gerir: 1 skammtur

HRÁEFNI:
2 búntir Chard
2 matskeiðar Virgin ólífuolía
4 flök il, bein og húð fjarlægð
¼ bolli kryddað hveiti
2 únsur Prosciutto di San Daniele, þunnt sneið, þunnt sneidd
Börkur af 2 appelsínum, plús
Safi úr 1 appelsínu
1 klípa kanill
2 aura Extra virgin ólífuolía
½ Rauðlaukur, sneiddur, pappírsþunnur

Hreinsið tvö knippi rauðkola (laufin fjarlægð til annarra nota). Klipptu stilkar á afskorinn enda niður í 6 tommur að lengd.

Látið sjóða einn lítra af vatni og settu upp ísbað. Eldið stilkar í 3 til 4 mínútur í sjóðandi vatni þar til þær eru mjúkar og hrist í ísvatni. Fjarlægðu og tæmdu. Skerið í ¼ tommu julienne og setjið í skál. Í 8 tommu non-stick pönnu, hitið jómfrúarólífuolíu þar til það er reykt. Dýptu tófuflök í krydduðu hveiti og settu á pönnu. Eldið á annarri hliðinni þar til það er gullbrúnt, um tvær mínútur. Snúðu og eldaðu 30 sekúndur í viðbót á hinni hliðinni. Fjarlægðu á heitan disk.

Bætið kartöflustönglum á pönnuna og kryddið með salti og pipar. Bætið við prosciutto, appelsínuberki, kanil, ólífuolíu og rauðlauk og blandið saman í um það bil 30 sekúndur. Skvettu með einni matskeið appelsínusafa og hrærðu aftur. Kryddið með salti og pipar og skiptið á fjóra diska. Setjið eitt flak af iljum á hvern disk og berið fram.

PASTA

48. Lasagne af villtum og framandi sveppum

Gerir: 9 skammta

HRÁEFNI:
- 2 matskeiðar ólífuolía
- 1 stór laukur; hakkað
- 2-eyri prosciutto di parma; smátt saxað
- 2 matskeiðar saxaður skalottlaukur
- 2 matskeiðar saxaður hvítlaukur
- ½ bolli smátt skorin steinselja
- 1 pund úrval af villtum og framandi sveppum
- 2 matskeiðar söxuð basilíka
- 1 matskeið saxað ferskt oregano
- ⅔ bolli þurrt hvítvín
- 1½ pund niðursoðnir niðursoðnir tómatar; í 2 pund
- 2 bollar ferskur ricotta ostur
- 1 egg
- 2 bollar rifinn Parmigiano-Reggiano ostur
- ½ bolli rifinn mozzarellaostur
- 1 salt; að smakka
- 1 nýmalaður svartur pipar
- 1 punds fersk pastablöð skorin í lasagna; ferðir, hvítar,
- ½ bolli þungur rjómi
- ¼ bolli mjólk
- 8 þurrkuð basilíkublöð

LEIÐBEININGAR:

a) Hitið ofninn í 350 gráður. Smyrjið létt á 13 til 9 tommu rétthyrnd bökunarform. Hitið ólífuolíuna á stórri sautépönnu.

b) Þegar olían er orðin heit, steikið laukinn og prosciutto í um það bil 4 mínútur eða þar til laukurinn er visnaður og örlítið karamellaður.

c) Hrærið ½ bolli steinselju, skalottlauka og sveppum saman við. Steikið í 10 mínútur eða þar til sveppirnir eru orðnir gullinbrúnir. Kryddið með salti og pipar.

d) Hrærið hvítlauk, basil og oregano saman við. Sigtið sveppablönduna og geymið vökvann. Setjið vökvann aftur í pönnuna og minnkað þar til vökvinn myndar gljáa, um það bil 5 mínútur. Skafa hliðarnar af og til til að losa um agnir.

e) Bætið víninu út í og fylgið sama ferli. Bætið tómötunum út í og sjóðið áfram í 10 mínútur.

f) Kryddið með salti og pipar. Bætið sveppablöndunni út í sósuna.

g) Blandið saman Ricotta ostinum, egginu, steinseljunni sem eftir er, ½ bolli rifinn Parmigiano-Reggiano ostur og Mozzarella osturinn í blöndunarskál.

h) Kryddið með salti og pipar. Til að setja saman, setjið örlítið magn af sósunni á botninn á bökunarforminu. Stráið parmesanosti yfir. Setjið lag af pastanu ofan á sósuna. Dreifið ostinum yfir pastað.

i) Blandið rjómanum saman við hvaða ost sem eftir er.

j) Kryddið með salti og pipar. Hellið ofan á lasagnið. Leggið lasagna yfir. Bakið í 30 mínútur þakið og 10 til 15 mínútur án loks, eða þar til lasagnaið er gullbrúnt og stíft.

k) Takið lasagnið úr ofninum og leyfið að hvíla í 10 mínútur áður en það er skorið í sneiðar. Setjið hluta af lasagninu á miðju disksins.

l) Skreytið með rifnum osti og steiktum basilíkulaufum.

49. Basil og prosciutto-vafin lúða

Gerir: 2 skammta

HRÁEFNI:
- 6 lauf basil
- 2 sneiðar prosciutto
- 2 (4 aura) lúðuflök
- ½ tsk adobo krydd
- 1 matskeið ólífuolía

LEIÐBEININGAR:

e) Forhitið ofninn í 400 gráður F (200 gráður C).

f) Leggðu 3 basilíkublöð á hverja sneið af prosciutto. Kryddið lúðuflökin með Adobo-kryddi, setjið þau á aðra hliðina á tilbúnum sneiðum af prosciutto og vefjið fiskflökin með prosciutto og basilíku.

g) Setjið ofnþolna pönnu yfir meðalháan hita. Þegar pönnuna er orðin heit, hellið þá ólífuolíu út í og setjið innpakkuð lúðuflök á pönnuna.

h) Eldið flökin þar til prosciutto er gullinbrúnt, um 4 mínútur. Snúðu flökum við og færðu pönnuna inn í forhitaðan ofn. Bakið þar til fiskurinn er orðinn þéttur og eldaður í gegn, um 5 mínútur.

50. Kjúklingur Alfredo lasagna

HRÁEFNI:

- 4 aura þunnt sneidd pancetta, skorin í strimla
- 3 aura þunnt sneiðar prosciutto eða sælgætisskinka, skorin í strimla
- 3 bollar rifinn rotisserie kjúklingur
- 5 matskeiðar ósaltað smjör, skorið í teninga
- 1/4 bolli alhliða hveiti
- 4 bollar nýmjólk
- 2 bollar rifinn Asiago ostur, skipt
- 2 matskeiðar söxuð fersk steinselja, skipt
- 1/4 tsk grófmalaður pipar
- Klípið mulið múskat
- 9 lasagna núðlur án matreiðslu
- 1-1/2 bollar rifinn mozzarellaostur að hluta
- 1-1/2 bollar rifinn parmesanostur

LEIÐBEININGAR:

a) Í stórri pönnu, eldið pancetta og prosciutto við miðlungshita þar til þau eru brún. Tæmið á pappírshandklæði. Flyttu yfir í stóra skál; bætið kjúklingi saman við og blandið saman.

b) Fyrir sósu, í stórum potti, bræðið smjör við meðalhita. Hrærið hveiti þar til slétt; þeytið mjólk smám saman út í. Látið suðuna koma upp, hrærið stöðugt í; eldið og hrærið í 1-2 mínútur eða þar til þykknar. Fjarlægðu af hitanum; hrærið 1/2 bolli Asiago osti, 1 msk steinselju, pipar og múskat saman við.

c) Hitið ofninn í 375°. Dreifið 1/2 bolli sósu í smurða 13x9-in. bökunarréttur. Leggðu í lag með þriðjungi af hverju af eftirfarandi: núðlum, sósa, kjötblöndu, Asiago, mozzarella og parmesan ostum. Endurtaktu lög tvisvar.

d) Bakið, lokið, 30 mínútur. Afhjúpa; bakið í 15 mínútur lengur eða þar til það er þykkt. Stráið afgangs steinselju yfir. Látið standa í 10 mínútur áður en borið er fram.

51. Penne með Vodka sósu

Gerir: 4

HRÁEFNI:
- 16 únsur. penne pasta
- 1 matskeiðar ólífuolía
- 1 saxaður laukur
- 3 söxuð hvítlauksrif
- ¼ lb. saxaður prosciutto
- 28 únsur. niðursoðnir niðursoðnir tómatar
- 1 bolli tómatsósa
- ½ bolli vodka
- 1 bolli þungur rjómi
- 1 bolli parmesanostur
- ½ bolli söxuð fersk basilíkublöð
- ¼ tsk timjan
- 1 msk söxuð steinselja
- Salt eftir smekk
- 1 tsk sykur

LEIÐBEININGAR:
a) Sjóðið pastað í potti með söltu vatni í 10 mínútur. Tæmdu.
b) Hitið olíuna í stórri pönnu eða öðrum potti.
c) Steikið laukinn, hvítlaukinn, prosciutto í 2 mínútur.
d) Bætið niður muldum tómötum og tómatsósu.
e) Hrærið og látið malla í 5 mínútur.
f) Bætið vodka og rjóma út í og látið malla í 20 mínútur.
g) Kryddið með basil, timjan, steinselju, salti og sykri.
h) Smakkið til og stillið krydd.
i) Hrærið soðnu pastanu og parmesanostinum saman við og látið malla í 5 mínútur.

52. Sítrónu basil pasta með rósakál

Gerir: 8

HRÁEFNI:

- 1 (1 pund) kassi af löngu skornu pasta, eins og bucatini eða fettuccine
- 4 aura þunnt sneiðar prosciutto, rifinn
- 3 matskeiðar extra virgin ólífuolía
- 1 pund rósakál, helmingaður eða fjórðungur ef stór
- Kosher salt og nýmalaður pipar
- 2 matskeiðar balsamik edik
- 1 jalapeño pipar, fræhreinsaður og saxaður
- 1 msk fersk timjanblöð
- 1 bolli sítrónu basil pestó
- 4 aura geitaostur, mulinn
- ⅓ bolli rifinn Manchego ostur
- Börkur og safi úr 1 sítrónu

LEIÐBEININGAR:
a) Forhitið ofninn í 375°F.
b) Látið suðu koma upp í stórum potti af saltvatni við háan hita. Bætið pastanu út í og eldið samkvæmt leiðbeiningum á pakka þar til það er al dente. Geymið 1 bolla af pastaeldunarvatninu og hellið síðan af.
c) Á meðan skaltu raða prosciutto í jafnt lag á bökunarpappírsklædda ofnplötu. Bakið þar til það er stökkt, 8 til 10 mínútur.
d) Á meðan pastað eldast og prosciutto bakast skaltu hita ólífuolíuna á stórri pönnu yfir meðalhita. Þegar olían ljómar, bætið þá rósakálinu út í og eldið, hrærið af og til, þar til hann er gullinbrúnn, 8 til 10 mínútur. Kryddið með salti og pipar. Lækkið hitann í miðlungs lágan og bætið ediki, jalapeño og timjan út í og eldið þar til spírurnar eru gljáðar, 1 til 2 mínútur í viðbót.
e) Takið pönnuna af hellunni og bætið útvatnað pasta, pestóinu, geitaostinum, Manchego, sítrónuberkinum og sítrónusafanum út í. Bætið um ¼ bolla af pastavatninu út í og hrærið til að mynda sósu.
f) Bætið 1 matskeið í viðbót við í einu þar til æskilegri samkvæmni er náð. Smakkið til og bætið við meira salti og pipar eftir þörfum.
g) Skiptið pastanu jafnt á milli átta skála eða diska og toppið hverja með stökkum prosciutto.

53. <u>**Fettuccine al prosciutto**</u>

Gerir: 4 skammta

HRÁEFNI:
- 6 aura Prosciutto
- 4 aura smjör
- 2 matskeiðar Hakkaður laukur
- Salt
- Nýmalaður svartur pipar
- 1 pund ferskt fettuccine
- ⅔ bolli Nýrifinn parmesan

a) Aðskiljið feita og magra hluta af prosciutto. Saxið fitu gróft; skera halla í ½ tommu ferninga.
b) Bræðið smjör á pönnu.
c) Bætið við lauk og prosciutto fitu og steikið í 5 mínútur.
d) Tæmið í sigti en ekki of vel: látið þau vera aðeins blaut.
e) Flyttu fettuccine í upphitaða skál. Kasta með öllu innihaldi sauté pönnu. Bætið við rifnum osti og meiri nýmöluðum pipar og hrærið aftur. Stráið fráteknum prosciutto ofan á og berið fram í einu.

54. Fettucine furuhnetur prosciutto & sólþurrkaðir tómatar

Gerir: 2 skammta

HRÁEFNI:
6 aura Fettucine; ferskur
2 matskeiðar Ólífuolía
½ tsk hvítlaukur; hakkað
1 msk furuhnetur
1 sneið Prosciutto; julienned
2 sólþurrkaðir tómatar; hakkað
½ bolli kjúklingakraftur
6 basilblöð; julienned
1 matskeið rakaður parmesanostur
Salt og pipar
1 tsk Smjör
½ tsk engifer; hakkað

Í stórum potti með sjóðandi, söltu vatni, eldið fettucine þar til það er meyrt, 1½ mínúta, hellið af og setjið til hliðar.

Hitið pönnu þar til hún er mjög heit og bætið við ólífuolíu. Bætið við hvítlauk, furuhnetum, prosciutto og sólþurrkuðum tómötum. Steikið þar til furuhneturnar eru gullnar. Bætið við kjúklingakrafti, basil og parmesan, látið suðuna koma upp og minnkað vökvann um ½. Bætið núðlum saman við og blandið vel saman. Kryddið eftir smekk með salti og pipar. Bætið smjöri og engifer út í og hrærið aftur. Berið fram strax.

55. Fettuccine með prosciutto og aspas

Gerir: 4 skammta

HRÁEFNI:
½ pund aspas, í 1 tommu bitum.
2 matskeiðar Smjör
½ bolli laukur, saxaður
4 aura Prosciutto
1 matskeið Smjör
1 matskeið hveiti
½ bolli Rjómi
1 pund Fettuccine
½ bolli parmesanostur nýrifinn
Nýmalaður pipar

Eldið aspasinn þar til hann er mjúkur; holræsi. Minnkaðu eldunarvatnið í ½ bolla. Bræðið smjörið á pönnu við meðalhita. Bætið lauknum út í og eldið þar til hann er ilmandi. Hrærið prosciutto út í og steikið. Gerðu roux úr hveiti og smjöri; bætið fráteknu aspasvatni og rjóma út í. Þeytið og hitið þar til sósan þykknar. Bætið aspas og prosciutto út í og hrærið í. Á meðan er pastað soðið. Þegar pastað er soðið al dente, hellið því af því og blandið því saman við sósuna, bætið við rifnum osti. Berið fram og bætið við nýrifnum pipar eftir smekk.

56. Fusilli með prosciutto og ertum

Gerir: 1 skammt

HRÁEFNI:
2 matskeiðar Ólífuolía
2 matskeiðar Smjör
1 söxuð gulrót
1 saxaður sellerístilkur
1 saxaður lítill laukur
6 þunnar sneiðar prosciutto - saxaðar
½ bolli hvítvín
2 12 únsur. conta þvingaðir tómatar; (Pomi vörumerki)
1 bolli baunir
1 pund soðið fusilli pasta

LEIÐBEININGAR:
Hitið ólífuolíuna, smjörið í stórum sósupotti. Bætið hakkaðri gulrótinni, selleríinu og lauknum út í. Steikið, stuttlega þar til það er meyrt. Bætið við prosciutto, hvítvíni og síuðum tómötum. Eldið í um það bil 30 mínútur við lágan hita til að sameina bragðið. Endið með baununum og hrærið saman. Hellið heitu pastanu saman við sósuna. Skreytið með ferskri basil og parmesanosti.

57. Fusilli með shiitake, brokkolí rabe og prosciutto sósu

Gerir: 4 skammta

HRÁEFNI:
- 1 pund Fusilli pasta
- 1 pund spergilkál rabe; snyrt og skorið í 1 tommu bita

FYRIR SÓSUNA
- ½ bolli Ólífuolía
- ½ bolli Hakkaður skalottlaukur
- 1 hvítlauksrif; hakkað
- 6 aura Shiitake sveppir - (að 8 oz); snyrt, sneið
- 6 aura Prosciutto eða álíka saltað skinka -(að 8 únsur); skera litla teninga, Eða ræmur
- ½ tsk Þurrkaðar heitar rauðar piparflögur (að 1 tsk.); eða eftir smekk
- ⅓ bolli kjúklingakraftur eða seyði
- 2 matskeiðar Hakkað fersk steinselja
- 2 matskeiðar Hakkaður ferskur graslaukur
- 2 matskeiðar Ferskt estragon

SKREYTA
- Nýrifinn parmesanostur; (valfrjálst)

Sólþurrkaðir tómatar; (valfrjálst)

a) Gerðu fyrst sósuna. Hitið olíu á pönnu. Bætið skalottlaukum út í og eldið, hrærið í 1 mínútu.

b) Bætið síðan sveppum út í og eldið, hrærið af og til í 5 mínútur, eða þar til sveppir eru létt gylltir.

c) Hrærið nú hvítlauk, prosciutto og rauðum piparflögum saman við og eldið í 30 mínútur og bætið svo kjúklingakrafti eða soði út í og látið malla í 1 mínútu.

d) Fyrir pasta, láttu suðuna í stórum potti af vatni.

e) Þegar vatnið er tilbúið skaltu bæta við pastanu þínu. Mundu að þú byrjar eldunartímann þegar vatnið nær aftur suðu, ekki þegar þú bætir pastanu við.

f) Eldið pastað í samræmi við leiðbeiningar á pakka, eftir 6 mínútur af eldun, bætið spergilkálinu við matreiðslupastið.

g) Tæmið pasta og spergilkál rabe í sigti og færið yfir í framreiðslu fat. Toppið með sósu, blandið vel saman. Skreytið ef vill.

58. Pappardelle með prosciutto og ertum

Gerir: 1 skammt

HRÁEFNI:
¼ bolli Hakkað prosciutto
1 bolli baunir
1 bolli Þungur rjómi
1 bolli Hálft og hálft
⅓ bolli Rifinn Asiago ostur
1 pund lasagne núðlur

LEIÐBEININGAR:
Hitið stóra sauté, pönnu þar til hún er heit. Bætið hökkuðum prosciutto út í og eldið í um það bil þrjár mínútur þar til það er mjúkt, en ekki stökkt. Bætið baunum út í og hrærið til að blanda saman. Hellið þunga rjómanum út í og hálft og hálft. Bætið Asiago ostinum út í og lækkið hitann. Leyfið sósunni að malla rólega í fimm mínútur, hrærið oft til að osturinn bráðni og rjóminn þykknar aðeins. Kryddið með pipar. Til að búa til pappardelle skaltu taka lasagne núðlurnar og skera þær í langar ræmur um það bil 1" breiðar. Setjið lengjurnar í saltað sjóðandi vatn og eldið þar til þær eru mjúkar. Til að bera fram, blandið soðnu pastanu saman við ostasósuna.

59. Pasta með basil og prosciutto

Gerir: 4 skammta

HRÁEFNI:
1 pund Pasta; Penne
1 matskeið ólífuolía
1 hvítlauksrif; Hakkað
⅓ pund prosciutto; Hakkað
1 únsa fersk basilblöð
4 matskeiðar fitulaus jógúrt; Tæmd
Salt; Að smakka
Nýmalaður pipar; Að smakka

Látið suðu koma upp í stórum potti af léttsöltu vatni og eldið penne þar til al dente.

Á meðan pastað er að eldast, hitið ólífuolíuna á pönnu og steikið hvítlaukinn stuttlega þar til hann byrjar að brúnast. Bætið söxuðum prosciutto út í og steikið í tvær eða þrjár mínútur þar til hann byrjar líka að brúnast. Takið pönnuna af hitanum.

Hellið soðnu pastanu í sigti og hellið því aftur í pottinn.

Chiffonaði basilíkunni og bætið því út í pastað ásamt prosciutto og hvítlauk.

Kryddið ríkulega með salti og pipar og blandið pastanu saman til að blanda hráefninu saman. Hellið jógúrtinni út í heitt pastað og hrærið þar til það er létt húðað. Færið yfir í heitt fat og berið fram.

60. Pasta rúllur fylltar með prosciutto

Gerir: 15 skammta

HRÁEFNI:
- 3 bollar alhliða hveiti
- 3 egg
- 3 pund Ferskt spínat, skolað og stilkað
- 3 bollar Ricotta ostur
- 3 egg
- 1½ msk Nýrifinn múskat
- 1½ bolli rifinn parmesanostur
- Salt & nýmalaður pipar
- ½ bolli Auk 1 T vatn
- 1½ matskeið ólífuolía
- 24 Pappírsþunnar sneiðar prosciutto
- 18 aura Mozzarella ostur, þunnt sneið
- Ólífuolía
- Sólþurrkaðir tómatar vinaigrette

Fyrir pasta: Setjið hveiti í stóra skál. Blandið eggjum, vatni og olíu; bætið við hveiti og blandið vel saman. Hnoðið á hveitistráðu yfirborði þar til það er slétt og teygjanlegt, um 10 mínútur. Lokið og látið hvíla í 15 mínútur.

Til að fylla: Setjið spínat í þunga stóra pönnu yfir miðlungshita.

Lokið og eldið þar til það er visnað, hrærið af og til. Tæmdu. Þurrkaðu. Saxið spínat. Blandið ricotta, eggjum og múskati saman í stóra skál. Hrærið spínati og parmesan saman við. Kryddið með salti og pipar.

Skerið ⅓ af deiginu af. Fletjið út á létt hveitistráðu yfirborði eins þunnt og hægt er. Klipptu í 18x11 tommu rétthyrning. Dreifðu með ⅓ af spínatiblöndu og skildu eftir ½ tommu brún á öllum hliðum. Hyljið fyllinguna með 8 prosciutto sneiðum, síðan ⅓ af mozzarella. Brjóttu 1 tommu af hverri langhlið yfir fyllingu. Penslið brúnir stuttenda með vatni. Byrjið á 1 stutta endanum, rúllið pasta upp í hlauprúllutísku. Vefjið inn í ostaklút og bindið með bandi til að halda forminu. Endurtaktu með afganginum af deiginu og fyllingunni.

Látið 2 tommu af vatni sjóða í stórri steikarpönnu ofan á eldavélinni. Bætið pastarúllum við. Lækkið hitann, lokið á og látið malla í 35 mínútur.

Notaðu 2 spaða, fjarlægðu rúllurnar og kældu. Fjarlægðu varlega streng og ostaklút. Vefjið vel inn og geymið í kæli yfir nótt.

Skerið pastarúllur í ½ tommu þykkar sneiðar. Raðið á fat. Penslið með ólífuolíu. Berið fram við stofuhita með sólþurrkuðum tómötum vinaigrette.

61. Veislupasta með prosciutto

Gerir: 6 skammta

HRÁEFNI:
1 pakki (12 aura) spínatfettuccine
½ bolli smjör; skipt
2 bollar þunnar prosciutto ræmur; (um 1/3 pund)
5½ bolli þeyttur rjómi
1 dós (14 aura) þistilhjörtu; tæmd og skorin í tvennt
½ bolli Saxaður ferskur eða frosinn graslaukur

Eldið pasta samkvæmt leiðbeiningum á pakka; holræsi. Bræðið ¼ bolli smjör í hollenskum ofni við miðlungshita. Bæta við prosciutto; steikið þar til það er brúnt. Tæmdu.
Setja til hliðar.
Bræðið afganginn af ¼ bolli smjöri í hollenskum ofni við miðlungshita. Bætið við soðnu pasta, þeyttum rjóma, þistilhjörtum og ¼ bolla graslauk; kastaðu varlega.
Flyttu yfir á framreiðsludisk; stráið kartöflum og afganginum af graslauk yfir.
Berið fram strax.

62. Tortellini með ertum og prosciutto

Gerir: 4 skammta

HRÁEFNI:
15 aurar Tortellini; ostur
1½ bolli þeyttur rjómi
1 x Múskat; nýrifin klípa
6 matskeiðar parmesan; nýrifið
¾ bolli baunir; frosið pínulítið þiðnað
1½ aura Prosciutto; feitur snyrtur skera
1 x Salt og nýmalaður pipar

Eldið tortellini í stórum potti af sjóðandi saltvatni þar til það er varla mjúkt, hrærið af og til til að koma í veg fyrir að það festist. Tæmdu vandlega.

Á meðan, láttu rjóma sjóða í þungum stórum potti. Dragðu úr hita.

Bætið múskati út í og látið malla þar til það þykknar aðeins, um það bil 8 mínútur.

Settu tortellini aftur í pottinn. Bætið við volgum rjóma, parmesan, ertum og prosciutto. Látið malla við vægan hita þar til tortellini er mjúkt og sósan þykknar, hrærið af og til, í um það bil 4 mínútur. Kryddið með salti og pipar. Skiptið í fjórar heitar skálar og berið fram.

SALÖT OG MEÐBÆR

63. Melónu prosciutto salat

HRÁEFNI:
- 1/2 þroskuð kantalópa
- 1/2 þroskuð hunangsdögg
- 8 aura prosciutto

a) Fræið og afhýðið melónurnar og skerið þær í 1 tommu bita (eða notaðu melónubotn).
b) Saxið skálina, blandið öllu saman og berið fram.

64. Rucola salat og ostrusveppir

Gerir: 4 – 6

HRÁEFNI:
- 3 matskeiðar extra virgin ólífuolía
- ½ pund ostrusveppir, þykkt skornir
- Salt og nýmalaður pipar
- 2 matskeiðar balsamik edik
- ½ tsk fínt rifinn sítrónubörkur
- 2 innri sellerí rif, skorin í eldspýtustangir, auk jöfnuð selleríblöð, til skrauts
- 5 bollar barn rucola
- 3 aura Pecorino Romano eða annar beittur ostur, rakaður með grænmetisskrælara
- 3 aura þunnt sneiðar prosciutto di Parma

LEIÐBEININGAR:
a) Hitið 1 matskeið af ólífuolíu í stórri nonstick pönnu. Bætið sveppunum út í og kryddið með salti og pipar.

b) Eldið við hóflega háan hita, hrærið af og til, þar til það er mjúkt og léttbrúnað, um það bil 6 mínútur. Færið sveppina í skál og látið kólna.

c) Þeytið edikið saman við sítrónubörkinn og 2 matskeiðar af ólífuolíu sem eftir eru í stórri skál. Kryddið með salti og pipar. Bætið við sellerí eldspýtustangunum, rucola og sveppum og blandið varlega saman við.

d) Færðu salatið yfir á stórt fat eða skál, toppið með Pecorino Romano, prosciutto og sellerílaufum. Berið fram strax.

65. Fíkju-, skinku- og nektarínusalat í vínsírópi

Gerir: 1 skammt

HRÁEFNI:
- ½ bolli þurrt hvítvín
- ½ bolli Vatn
- ¼ bolli sykur
- 2 lítrar Ferskar grænar og/eða fjólubláar fíkjur; stafaði
- 2 stórar Þroskaðar nektarínur
- ¼ pund) stykki af skinku eða prosciutto, skorið í strimla
- Myntugreinar og/eða fersk vínberjalauf til að skreyta

LEIÐBEININGAR:
a) Sjóðið vín og vatn með sykri í litlum potti þar til sykurinn leysist upp, um það bil 3 mínútur, og takið pönnuna af hitanum. Kælið vínsírópið aðeins og kælið. Vínsíróp má búa til 1 viku fram í tímann og kæla, þakið.

b) Skerið fíkjur í helming og skerið nektarínur í þunnar báta. Í skál skaltu kasta ávöxtum varlega með skinku eða prosciutto og helmingnum af vínsírópinu.

c) Raðið salati á fat og hellið restinni af vínsírópinu yfir. Skreytið salatið með myntu og/eða vínberjalaufum.

66. Brenndar grænar baunir með prosciutto

Gerir: 2

HRÁEFNI:
- ▢4 sneiðar prosciutto
- ▢¼ pund grænar baunir, endarnir snyrtir
- ▢1 lítill gulur laukur, skorinn í sneiðar
- ▢1 matskeið canola olía

LEIÐBEININGAR:
a) Forhitaðu Digital Air Fryer ofninn þinn í 350 °F í nokkrar mínútur.
b) Í ninja ofnkörfu og settu prosciutto og BAKAÐU það í 5 mínútur við 390 °F.
c) Taktu skál og blandaðu hinum hráefnunum saman.
d) Takið prosciutto úr ofninum.
e) Setjið grænmetið í ofnkörfu og loftsteikið það í 15 mínútur í viðbót.
f) Myljið prosciutto og stráið honum ofan á ristaðar grænar baunir.
g) Njóttu.

67.   Aspas vafinn Prosciutto

Gerir: 6

HRÁEFNI:
- 18 aspas, snyrtur
- 6 sneiðar prosciutto, skornar í langar þunnar ræmur

LEIÐBEININGAR:
a) Rúllið hverri prosciutto ræmu utan um aspasspjótið.
b) Settu í loftsteikingarkörfuna og eldaðu við 180ºC í 7 mínútur.

68. Antipasto salat

HRÁEFNI:
- 1 stórt höfuð eða 2 hjörtu romaine saxað
- 4 aura prosciutto skorið í strimla
- 4 aura salami eða pepperoni í teningum
- ½ bolli þistilhjörtu skorin í sneiðar
- ½ bolli ólífur blanda af svörtum og grænum
- ½ bolli heit eða sæt paprika súrsuð eða ristuð
- Ítölsk dressing eftir smekk

LEIÐBEININGAR:
a) Blandið öllu hráefninu saman í stóra salatskál.
b) Kasta með ítalskri dressingu.

69. Antipasto snakkbox fyrir tvo

HRÁEFNI:
- 2 aura þunnt sneiðar prosciutto
- 2 aura salami, í teningum
- 1 eyri gouda ostur, þunnt sneið
- 1 eyri parmesanostur, þunnt sneið
- ¼ bolli möndlur
- 2 matskeiðar grænar ólífur
- 2 matskeiðar svartar ólífur

LEIÐBEININGAR:
a) Setjið prosciutto, salami, osta, möndlur og ólífur í matarílát.
b) Lokið og kælið í allt að 4 daga.

70. Fíkju- og prosciutto salat

Gerir: 2

HRÁEFNI:
- 1 tugi ferskra Kaliforníufíkja
- 4 aura sneiðar prosciutto
- 4 aura Manchego ostur
- 2 handfylli af villtri rucola rakettu
- 1/4 bolli marineraðar ólífur
- 1 msk fíkjubalsamik edik, eða önnur góð gæða balsamik
- 1 matskeið ólífuolía
- salt og pipar eftir smekk

LEIÐBEININGAR:
a) Þvoið, stilkið og fjórðu fíkjurnar. Jafnt pláss á stóru borði eða bakka
b) Rífið hverja sneið af prosciutto í tvennt og leggið á borðið með fíkj
c) Rakaðu Manchego ostinum í þunnar sneiðar með grænmetisskrjá fíkjunum og ostinum yfir. Toppið með ólífum og rucola.
d) Reyndu að vera listug um staðsetningu hvers hlutar. Þetta er ekki ætti að líta afslappandi glæsilegt út. Dreifið ofan á salatinu með balsan Stráið salti og pipar yfir eftir smekk og berið fram strax.

71. Greipaldin, avókadó og prosciutto morgunverðarsalat

HRÁEFNI:
- 1 lítið rúbínrautt greipaldin
- 2 bollar saxaðar roðlausar, beinlausar rotisserie kjúklingabringur
- ¾ tsk dökk sesamolía
- ⅛ teskeið nýmalaður svartur pipar
- Dash af kosher salti
- 1 bolli örgrænmeti, unga rucola eða rifið salat
- ½ þroskað afhýtt avókadó, þunnt sneið
- ¾ bolli ferskir ananasbitar
- 1/2 bolli saxað Granny Smith epli
- ¼ bolli gulrætur
- 1/4 bolli Edamame
- 1 mjög þunn sneið prosciutto
- afgangur af hummus
- 3 matskeiðar saxaðar ristaðar heslihnetur
- fjölfræ kex

LEIÐBEININGAR:
a) Afhýðið greipaldin; skera hluta úr greipaldin yfir meðalstórri skál. til að draga út um 1 matskeið safa.
b) Leggðu hluta til hliðar. Bætið olíu, pipar og salti í safa, hrærið með við grænu; kasta til að klæðast.
c) Raðið grænu á disk; toppur með greipaldinsköflum, avókadó, ana gulrótum og prosciutto.
d) Berið fram með hummus, heslihnetum og fjölfræjakökum.

72. Steiktar sætar kartöflur og prosciutto salat

Gerir: 8

HRÁEFNI:
- Hunang 1 teskeið
- Sítrónusafi 1 matskeið
- Grænn laukur (skiptur og sneiddur) 2
- Sæt rauð paprika (fínt skorin) 1/4 bolli
- Pekanhnetur (hakkaðar og ristaðar) 1/3 bolli
- Radísur (sneiddar) 1/2 bolli
- Prosciutto (þunnt sneið og rifið) 1/2 bolli
- Pipar 1/8 tsk
- 1/2 tsk salt (deilt)
- 4 matskeiðar ólífuolía (skipt)
- 3 sætar kartöflur, meðalstórar (skrældar og skornar í 1 tommu)

Hitið ofninn í 400 gráður F. Setjið sætu kartöflurnar í smur

Dreypið 2 msk af olíu og stráið 1/4 tsk af salti og pipar yfir og blandið þ almennilega. Steikið í hálftíma og enn reglulega.
Stráið smá prosciutto yfir sætu kartöflurnar og steikið þær í 10 til 15 m sætu kartöflurnar eru mjúkar og kartöflurnar verða stökkar.
Settu blönduna yfir í stóra skál og láttu hana kólna aðeins.
Bætið helmingnum af grænum lauk, rauðum pipar, pekanhnetum og ra
Taktu litla skál, þeytið saltið, olíuna sem eftir er, hunangi og sítrónusaf vel blandað saman.
Dreypið því yfir salatið; henda rétt til að sameina. Stráið hinum græna

73. Grillað nautakjöt prosciutto salat

Gerir: 1 skammt

HRÁEFNI:
- ½ bolli Ólífuolía
- 3 hvítlauksrif; gróft skorið í teninga
- 4 greinar rósmarín
- 8 aura; nautalund
- Salt og nýmalaður svartur pipar
- 2 sítrónur; grillað
- 1 msk skalottlaukur gróft skorinn
- 1 msk Ferskt rósmarín gróft skorið í bita
- 3 Geir grillaður hvítlaukur
- ½ bolli Ólífuolía
- Salt og nýmalaður pipar
- 8 bollar Rómanska salat í teningum
- Grilluð sítrónugrilluð hvítlauksvínaigrette
- 8 hlutar Prosciutto; julienned
- 12 rauðlaukur; grillað og skorið í teninga
- 2 rauðir tómatar; hægelduðum
- 2 gulir tómatar; hægelduðum
- 1½ bolli mulið Gorgonzola
- Grilluð nautalund; hægelduðum
- 4 harðsoðin egg; skrældar og skornar í teninga
- 2 Haas avókadó; skrældar, grýttar
- Saxaður graslaukur
- 8 Geir grillaður hvítlaukur
- 2 Stafur ósaltað smjör; mýkt
- Salt og nýmalaður pipar
- 16 hlutar ítalskt brauð; Hluti 1/4 tommu
- ¼ bolli Fínt skorin steinselja
- ¼ bolli Fínt skorið óreganó

LEIÐBEININGAR:
a) Blandið olíu, hvítlauk og rósmarín saman í lítið grunnt ofnmót. Bætið nautakjöti út í og blandið saman til að hjúpa. Lokið og kælið í að minnsta kosti 2 klukkustundir eða yfir nótt. Látið standa við stofuhita í 30 mínútur áður en grillað er
b) Hitið grillið. Takið nautakjötið úr saltvatninu, kryddið með salti og pipar eftir smekk og grillið í 4 til 5 mínútur á hvorri hlið fyrir miðlungs sjaldgæft tilbúning.

74. Þistilhjörtu og prosciutto

Gerir: 1 skammt

HRÁEFNI:
14 aura Dós þistilhjörtu, tæmd
⅓ pund prosciutto, sneið pappír þunnt
¼ bolli Ólífuolía
½ tsk Þurrkað timjan
½ tsk Fínt rifinn appelsínubörkur
Nýmalaður pipar

a) Vefjið hvert þistilhjörtu inn í sneið af prosciutto og festið með tannstöngli.
b) Þeytið saman ólífuolíu, timjan, appelsínuberki og pipar í sérstakri skál.
c) Berið fram við stofuhita.

75. Fennel með sveppum og prosciutto

Gerir: 8 skammta

HRÁEFNI:
- 8 hausa fennel
- 1¼ c kjúklingasoð
- ¾ c hvítvín, örlítið sætt
- 1 pund sveppir í sneiðum
- 2 oz prosciutto, þunnt sneið: og hakkað

a) Klipptu af fennelstilka og fjaðrandi grænu. Geymið fjaðrandi grænmeti, saxið nóg af því til að mynda ¼ bolli. (Ef þú gerir á undan skaltu kæla 2 matskeiðar af hakkuðu grænmetinu, sem og afganginn af fjöðruðum greinum til að nota til að skreyta fat þegar borið er fram.) Geymdu fennelstilka til notkunar í súpur eða soð.
b) Klipptu brúna bletti af perum; raða í eitt lag í 5 til 6 lítra pönnu. Hellið seyði og víni yfir þá; lokið á og látið suðuna koma upp við háan hita, látið malla þar til fennel er mjög meyr þegar hún er stungin í 35 til 45 mínútur.
c) Setjið til hliðar þar til það er nógu kalt til að hægt sé að höndla það: geymdu eldunarvökva.
d) Á meðan fennel eldar skaltu sameina sveppi, prosciutto og 2 matskeiðar af hakkað fennel grænu í 8- til 10 tommu nonstick steikarpönnu.
e) Lokið og eldið við miðlungsháan hita þar til sveppir gefa frá sér safa, um það bil 7 mínútur.
f) Afhjúpaðu og eldaðu, hrærið oft, þar til vökvinn gufar upp og sveppir eru brúnir, um það bil 15 mínútur; setja til hliðar.
g) Með litlum hníf og beittri skeið skaltu ausa innri hluta fennellauka út þannig að þú sért með ¼ tommu þykka skel og haldist ósnortinni.

h) Skeið sveppablöndu jafnt í perur. Raðið perum í eldfast mót sem er nógu stórt til að halda þeim í einu lagi. Skeið fráteknum eldunarvökva yfir þær.

i) Bakaðu fylltar fennel perur, þakinn, í 375F/190C ofni í 15 mínútur; afhjúpaðu og haltu áfram að baka þar til það er heitt, um það bil 10 mínútur í viðbót (20 mínútur ef gert á undan og kælt).

j) Flyttu ljósaperur á borðplötu; stráið létt með afganginum af söxuðum fennel grænu og skreytið diskinn með fennel greinum.

76. Mangó og prosciutto

Gerir: 50 skammta

HRÁEFNI:
- ½ kíló Þunnt sneiðar kartöflur
- 5 þéttþroskuð mangó, afhýdd og skorin í 1 tommu bita
- Limebátar sem meðlæti

Skerið hverja prosciutto sneið í fjórða hluta og vefjið hvern fjórðung utan um mangóstykki, festið það með tréplokki. Raðið forréttunum á kælt fat og berið fram með limebátunum.

77. Boconcini með grilluðu kúrbítssalati og prosciutto

Gerir: 1 skammtur

HRÁEFNI:
- 1 pund Bocconcini; litlar mozzarella kúlur
- 3 matskeiðar Extra virgin ólífuolía; auk 3 matskeiðar
- 1 msk Saxuð fersk timjanblöð
- 1 matskeið Saxuð fersk oregano lauf
- ¼ tsk Myldar rauðar chiliflögur
- Salt og pipar eftir smekk
- 2 miðlungs kúrbít, um 1 pund, sneið langsum
- Börkur af 1 sítrónu
- 1 búnt graslauk, endar fjarlægðir
- 2 miðlungs plómutómatar, skornir í 1/4 tommu teninga
- 2 matskeiðar rauðvínsedik
- 1 búnt ítalsk steinselja, smátt skorin til
- ¼ pund prosciutto, sneiddur pappír þunnt af slátrari

Tæmið bocconcini af vökvanum sem hann kom í. Setjið kúrbít, 3 msk extra virgin ólífuolíu, timjan, oregano, muldar rauðar chiliflögur og salt og pipar í blöndunarskál. Setjið til hliðar að minnsta kosti 1 klst.

Setjið kúrbítsneiðar á grillið og eldið þar til þær eru mjúkar en ekki mjög mjúkar. Takið af grillinu og setjið í meðalstóra skál. Bætið við sítrónuberki, heilum graslauk, plómutómatbitum, ediki og saxaðri steinselju. Kasta varlega til að húða kúrbít og skiptið á 4 plötur. Setjið 3 bocconcini ofan á hvern kúrbítsbunka og setjið til hliðar. Staflaðu öllum prosciutto beint ofan á hvort annað og skerðu þvert yfir sneiðina í eldspýtustokka-julienne. Stráið mozzarella og kúrbít yfir og berið fram strax.

PIZSA

78. Proscuitto og rucola pizza

HRÁEFNI:

- 1 pund pizzadeig, við stofuhita, skipt
- 2 matskeiðar ólífuolía
- 1/2 bolli tómatsósa
- 1 1/2 bollar rifinn mozzarella ostur (6 aura)
- 8 þunnar sneiðar prosciutto
- Nokkrar stórar handfyllingar af rucola

LEIÐBEININGAR:

a) Ef þú átt pizzustein skaltu setja hann á grind í miðjum ofni. Hitið ofninn í 550°F (eða hámarkshita ofnsins) í að minnsta kosti 30 mínútur.

b) Ef þú færð pizzuna yfir í stein í ofni skaltu setja saman á vel hveitistráða hýði eða skurðbretti. Annars skaltu setja saman á yfirborðið sem þú ætlar að elda á (bökunarpappír, bökunarplötu osfrv.). Vinna með eitt stykki af deigi í einu, rúlla eða teygja það í 10 til 12 tommu hring.

c) Penslið brúnirnar á deiginu með 1 matskeið af ólífuolíu. Dreifið helmingnum af tómatsósunni yfir restina af deiginu.

d) Stráið um 1/4 af ostinum yfir. Leggðu 4 prosciutto sneiðar þannig að þær hylji deigið jafnt. Stráið öðrum 1/4 af ostinum yfir.

e) Bakið pizzuna þar til brúnirnar eru léttbrúnar og osturinn er freyðandi og brúnaður í blettum, um 6 mínútur við 550°F.

f) Fjarlægðu úr ofninum á skurðbretti, dreifðu helmingnum af rúllubollunni yfir og skerið og berið fram strax.

g) Endurtaktu með afganginum af deiginu og álegginu.

79. Four Seasons Pizza/Quattro Stagioni

Gerir: 1 stór pizza

HRÁEFNI:
- 1 uppskrift að hefðbundnu ítölsku grunndeigi
- Mozzarella, 6 aura, sneið
- Prosciutto, 3 aura, sneið
- Shiitake sveppir, einn bolli, sneiddur
- Ólífur, ½ bolli, sneiðar
- Pizzasósa, hálfur bolli
- Þistilhjörtu í fjórðu lagi, Einn bolli
- Rifinn Parmigiana, 2 aura

LEIÐBEININGAR:
a) Mótaðu deigið í 14 tommu þvermál hring. Gerðu þetta með því að halda í brúnirnar og snúa deiginu varlega og teygja það.
b) Deigið með pizzasósu.
c) Dreifið mozzarellasneiðunum jafnt ofan á.
d) Síðar þistilhjörtu, prosciutto, sveppir og ólífur í fjórum fjórðu hluta pizzunnar.
e) Dreifið rifnum Parmigiana ofan á.
f) Grillið/bakað í 18 mínútur.

80. Pizza í New Orleans stíl

Gerir: 1 stór pizza

HRÁEFNI:
- 1 pizzaskorpa
- Hvítlaukur, 2 negull, saxaður
- Steinhreinsaðar svartar ólífur, 8
- Rifinn parmesanostur, 2 aura
- grófhreinsaðar grænar ólífur, 8
- Sneiðið prosciutto, 4 aura
- Laukur, 2 matskeiðar, saxaður
- Þurrkað oregano, hálf teskeið
- Hakkað fersk basilíka, 6 blöð
- Salami, 2 aura, sneið
- Mozzarella ostur, tvær aura
- Saxað sellerí, 2 matskeiðar
- Fersk steinselja, ein matskeið, söxuð
- Ólífuolía, 2 matskeiðar
- Salt og svartur pipar
- Ólífuolía, Ein matskeið
- Hvítlauksduft, ½ tsk
- Provolone ostur, tvær aura
- Sneið mortadella, tvær aura

LEIÐBEININGAR:
a) Blandið öllu hráefninu, nema ostinum saman.
b) Toppið pizzuna með blöndunni.
c) Bakið í um það bil 5 mínútur við 500 gráður F.
d) Setjið ost ofan á og steikið í um 5 mínútur. Skerið í sneiðar og berið fram.

81. Artichoke & Prosciutto Pita Pizza

Gerir: 4 pizzur

HRÁEFNI:
- Saxuð þistilhjörtu
- Rauðlaukur, sneiddur
- Rifinn mozzarella ostur, Einn bolli
- Fersk basilíka, til skrauts
- Prosciutto
- Ristað rauð piparsósa, einn bolli
- Parmesanostur, hálfur bolli, rifinn
- Ristað rauð paprika

LEIÐBEININGAR:
a) Hitið ofninn í 450 gráður Fahrenheit.
b) Penslið hverja pítu létt með ólífuolíu á báðum hliðum.
c) Setjið rauða piparsósu og rifinn mozzarella ofan á hverja pítu.
d) Toppið með salti, parmesan og fleira fínt söxuðu áleggi.
e) Bakið í 5 mínútur og berið fram skreytt með ferskri basil.

a) **Prosciutto og rucola pizza**

Gerir: 1 stór pizza

HRÁEFNI:
- 1 uppskrift að hefðbundnu ítölsku grunndeigi
- Prosciutto, 2 aura
- Pizzasósa, fjórðungur bolli
- Balsamic edik, Ein matskeið
- Mozzarella, 3 aura, sneið
- Ruccola lauf, hálfur bolli

LEIÐBEININGAR:
a) Mótaðu deigið í 14 tommu þvermál hring. Gerðu þetta með því að halda í brúnirnar og snúa deiginu varlega og teygja það.
b) Dreifið pizzasósunni jafnt yfir deigið.
c) Raðaðu mozzarellasneiðunum jafnt yfir pizzuna.
d) Hyljið pizzuna með rucola laufunum og endið með prosciutto ræmunum.
e) Grillið/bakað í 15 mínútur.
f) Kælið og dreypið síðan balsamikediki yfir áður en það er skorið í sneiðar.

82. Uppskera butternut squash og eplapizzu

Gerir: 4

HRÁEFNI:

- 1 msk extra virgin ólífuolía, auk meira til að smyrja
- 2 skalottlaukar, þunnar sneiðar
- ½ pund án hnoða brauð og pizzadeig
- 2 matskeiðar eplasmjör
- 1 hunangsstökkt epli, þunnt sneið
- 1 bolli rifinn mozzarella ostur
- ½ bolli rifinn skarpur cheddar ostur
- ½ lítið smjörkvass, rakað í tætlur með grænmetisskrjálsara
- 8 fersk salvíublöð
- 3 aura smátt skorinn prosciutto, rifinn
- Kosher salt og nýmalaður pipar
- Myldar rauðar piparflögur
- 2 aura af gráðosti, mulið (valfrjálst)
- Elskan, til að rigna
- Fersk timjanblöð, til framreiðslu

LEIÐBEININGAR:

a) Forhitið ofninn í 450°F. Smyrjið bökunarplötu.

b) Hitið 1 matskeið af ólífuolíu á meðalstórri pönnu yfir háum hita. Þegar olían ljómar, bætið skalottlaukum út í og eldið þar til ilmandi, 2 til 3 mínútur. Takið pönnuna af hitanum.

c) Fletjið deigið út á létt hveitistráðu vinnuborði í ¼ tommu þykkt. Flyttu deigið varlega yfir á tilbúna bökunarplötu.

d) Dreifðu eplasmjörinu yfir deigið og skildu eftir 1 tommu brún. Bætið steiktum skalottlaukum og eplasneiðunum út í.

e) Leggið mozzarella og cheddar í lag og toppið síðan með butternut squash, salvíu og prosciutto. Kryddið pizzuna með smá salti, pipar og rauðum piparflögum og stráið gráðosti (ef hann er notaður) ofan á.

f) Bakið þar til skorpan er gullin og osturinn hefur bráðnað, 10 til 15 mínútur. Dreypið hunangi yfir og stráið timjan yfir til að klára. Skerið í sneiðar og berið fram.

83. Micro Leaves Pesto & Rucola pizza

Gerir: 6

HRÁEFNI:
- 1 pizzadeig
- 6 matskeiðar ör-rúkóla og sítrónupestó
- 1 bolli Mozzarella
- 1 bolli kirsuberjatómatar
- 4 aura Prosciutto
- 1 bolli Lemon Microgreens
- Svartur pipar

LEIÐBEININGAR:
a) Snúið deiginu út á vel hveitistráðan flöt.
b) Stráið smá hveiti yfir og skiptið í 2 bita.
c) Rúllið í 2 kúlur og teygið svo deigið.
d) Hveitið fingurna og mótið síðan deigið í hringlaga form.
e) Bættu við ör-rúkó- og sítrónupestói, ferskum mozzarella, nokkrum sneiðum af ferskum kirsuberjatómötum, prosciutto og ferskum pipar, ef þú vilt.
f) Bakaðu pizzuna í forhituðum ofni við hæsta hitastig, um 500 °F í 10-15 mínútur þar til áleggið lítur út fyrir að vera ristað og eldað og skorpan er gullin.

84. Kryddgrilluð pizza með prosciutto

Gerir: 4 skammta

HRÁEFNI:
- ¼ bolli Hakkað fersk steinselja
- 2 matskeiðar Saxað ferskt oregano
- 1 pund pizzadeig
- Maísmjöl
- 2 matskeiðar Ólífuolía
- 2½ bolli rifinn Fontina ostur (1/2 pund)
- ⅔ bolli tómatsósa
- ¼ bolli Hakkað fersk basilíka
- 6 þunnar sneiðar prosciutto eða skinka, gróft saxað

Hnoðið steinselju og oregano í deigið á létt hveitistráðu yfirborði þar til það er jafnt dreift. Skerið í tvennt og mótið í kúlur; lokið og látið hvíla í 15 mínútur. Flettu hverri kúlu þunnt út til að gera 12 tommu hring.

Setjið hverja pizzuhring á maísmjöl-ryktaða pizzupönnu; penslið með smá af olíunni. Dreifið osti jafnt yfir; skeið tómatsósu yfir ost. Dreypið af olíunni yfir.

Sett í 500ØF ofn eða á þakið smurt grill yfir miðlungs-háum hita; eldið í um 12 mínútur eða þar til skorpan er stökk og osturinn bráðinn og freyðandi. Dreifið basil og prosciutto yfir.

85. Fíkju-og-prosciutto pizza

Gerir: 1 skammt

HRÁEFNI:
- 2 umferðir Fíkjur Pizzadeig
- Maísmjöl; til að strá
- 2 tsk Ólífuolía
- ½ tsk Hakkaður hvítlaukur
- 2 klípur gróft salt
- 2 klípur nýmalaður svartur pipar
- 1 tsk Hakkað ferskt rósmarín lauf
- ½ bolli fíkjusulta;
- 4 aura Gorgonzola ostur; hrundi í
- Stykki á stærð við erta
- 3 aura Þunnt sneiðar prosciutto
- 1 rauðlaukur; þunnt sneið í lengdina

Klukkutíma fyrir eldun, setjið bökunarstein í ofninn og hitið í 500 gráður.

Fletjið eitt pizzadeig út eins þunnt og hægt er. Settu það á pizzuhýði sem stráð er maísmjöli yfir. Hyljið yfirborðið með 1 tsk olíu, ¼ tsk söxuðum hvítlauk, 1 klípa af hvorri salt og pipar og ½ tsk hakkað rósmarín. Vertu viss um að skilja eftir óhylja, 1 tommu breiða ytri vör allan hringinn. Dreifið ¼ bolla fíkjusultu og 2 aura Gorgonzola osti jafnt á pizzuna. Toppið með helmingnum af prosciutto.

Hristu róðurinn létt og renndu pizzunni á bökunarsteininn. Bakið þar til það er brúnt, um 6 til 7 mínútur. Færið yfir á fast yfirborð og skerið í sneiðar. Berið fram strax, skreytt með helmingnum af niðursneiddum rauðlauk.

Endurtaktu með afganginum af deiginu.

86. Túnfiskpizza með caponata og prosciutto

Gerir: 4 skammta

HRÁEFNI:
1 12 tommu ítalsk brauðskel fyrir pizzu
1 tsk Ólífuolía
1 dós (7 1/2 oz.) caponata
1 dós (6 oz.) hvítur túnfiskur; tæmd og sneidd
8 sneiðar (1 oz.) prosciutto
2 plómutómatar; sneið 1/4, allt að 3
1 bolli Myldinn fetaostur
1 bolli rifinn mozzarella ostur
Rauður pipar mulinn

1. Settu brauðskel á bökunarpappírsklædda ofnplötu; penslið til kant með olíu.
2. Dreifið caponata í innan við 1 tommu frá brún.
3. Toppið með túnfiski, prosciutto, tómötum, fetaostum og mozzarella ostum.
4. Bakið í 450 gráðu heitum ofni í 10 til 12 mínútur eða þar til ostarnir eru bráðnir og pizzan hituð í gegn. Kælið 1 mínútu áður en það er skorið í sneiðar. Berið fram með mulinni rauðri pipar, ef vill.

87. Prosciutto-tómatpizza

Gerir: 12 skammta

HRÁEFNI:
- 1 dós tómatsósa; (8 aura)
- 1 tsk ítalskt krydd
- 1 hvítlauksgeiri; smátt saxað
- 3 bollar rifinn mozzarella eða fontina ostur; (12 aura)
- 1 lítill laukur; þunnt sneið og skipt í hringa
- ¼ bolli Rifinn parmesanostur
- 2 matskeiðar Saxaðar ferskar eða
- 2 tsk Þurrkuð basilíkublöð
- ½ pund prosciutto
- 2 stórir plómutómatar

SKORPU
- 1 pakki Virkt þurrger
- 1 bolli heitt vatn; (105 til 115f)
- 2½ bolli alhliða hveiti
- 2 matskeiðar ólífuolía eða jurtaolía
- 1 tsk Sykur
- 1 tsk Salt

Settu ofngrind í lægstu stöðu. Smyrjið 2 kökublöð eða 12 tommu pítsuform. Hitið ofninn í 425F. Undirbúa skorpu. Blandið saman tómatsósu, ítölsku kryddi og hvítlauk. Skerið prosciutto eða fullsoðna reykta skinku í julienne strimla (2 X ¼ X ⅛ tommu). Skiptið deiginu í tvennt. Klappaðu hvern helming í 11 tommu hring á kökuplötu með hveitistráðum fingrum. Toppið með tómatsósublöndu, lauk og Fontina osti. Stráið basil, prosciutto og plómutómötum (gróft saxaðir yfir). Toppið með parmesanosti.

Bakið eina pizzu í einu í 15 til 20 mínútur eða þar til skorpan er gullinbrún.

EFTIRLITUR

88. Smjörkennd croissant jarðlög með prosciutto

Gerir: 8

HRÁEFNI:
- 3 matskeiðar saltað smjör, þunnt sneið, auk meira til að smyrja
- 6 smjördeigshorn, gróflega rifin í þriðju
- 8 stór egg
- 3 bollar nýmjólk
- 1 matskeið Dijon sinnep
- 1 matskeið söxuð fersk salvía
- ¼ tsk nýrifinn múskat
- Kosher salt og nýmalaður pipar
- 12 aura frosið spínat, þiðnað og kreistið þurrt
- 1½ bolli rifinn Gouda ostur
- 1½ bollar rifinn Gruyère ostur
- 3 aura smátt skorinn prosciutto, rifinn

LEIÐBEININGAR:
a) Forhitið ofninn í 350°F. Smyrjið 9 × 13 tommu bökunarform.
b) Raðið croissantunum í botninn á bökunarforminu og hyljið þau með sneiðum smjöri. Bakið þar til það er létt ristað, 5 til 8 mínútur. Takið út og látið kólna á pönnunni þar til það er ekki lengur heitt að snerta, um það bil 10 mínútur.
c) Í meðalstórri skál, þeytið saman egg, mjólk, sinnep, salvíu, múskat og klípa af salti og pipar. Hrærið spínatinu og ¾ bolla af hverjum osti saman við. Hellið blöndunni varlega yfir ristuðu smjördeigshornin og dreifið henni jafnt. Setjið restina af ostinum yfir og bætið sleikjóinu út í til að klára. Lokið og kælið í að minnsta kosti 30 mínútur eða yfir nótt.
d) Þegar tilbúið er að baka, takið jarðlögin úr ísskápnum og hitið ofninn í 350°F.
e) Bakið þar til miðju jarðlaganna er stíft, um 45 mínútur. Ef smjördeigin byrja að brúnast áður en jarðlögin eru búin að elda, hyljið þau með álpappír og haltu áfram að baka.
f) Takið jarðlögin úr ofninum og látið kólna í 5 mínútur áður en borið er fram.

89. Balsamic ferskja og brie terta

Gerir: 6

HRÁEFNI:

- 1 lak frosið laufabrauð, þíðt
- ⅓ bolli sítrónu basil pestó
- 1 (8 aura) hjól Brie ostur, börkur á og sneið
- 2 þroskaðar ferskjur, þunnar sneiðar
- Extra virgin ólífuolía
- Kosher salt og nýmalaður pipar
- 3 aura smátt skorinn prosciutto, rifinn
- ¼ bolli balsamik edik
- 2 til 3 matskeiðar hunang
- Fersk basilíkublöð, til framreiðslu

LEIÐBEININGAR:

90. Forhitið ofninn í 425°F. Klæðið bökunarplötu með bökunarpappír.

91. Rúllaðu smjördeiginu varlega út á hreint vinnuborð í 1/8 tommu þykkt og færðu það yfir á tilbúna bökunarplötu. Stungið deigið yfir allt með gaffli, dreifið síðan pestóinu jafnt yfir deigið og skilið eftir ½ tommu brún. Raðið Brie og ferskjum ofan á pestóið og dreypið létt með ólífuolíu yfir. Kryddið með salti og pipar og toppið með prosciutto. Stráið brúnum deigsins með pipar.

92. Bakið þar til sætabrauðið er gullið og prosciutto stökkt, 25 til 30 mínútur.

93. Á meðan, í lítilli skál, þeytið saman edik og hunang.

94. Takið tertuna úr ofninum, toppið með basilblöðum og dreypið hunangsblöndunni yfir. Skerið í bita og berið fram heitt.

64. Kjötæturkaka

Gerir: 6

HRÁEFNI:
Braunschweiger
- ¼ pund svínaaxlar eða nautatunga, skorið í teninga
- 10 aura svína- eða nautalifur, skorin í teninga
- 2 harðsoðin egg, afhýdd
- 6 aura svínabaksfita, skorin í teninga
- 1 ½ tsk bleikt sjávarsalt

Til áleggs
- 6 sneiðar prosciutto eða Carpaccio
- 6 sneiðar beikon

LEIÐBEININGAR:
a) Gerðu þennan rétt 1 til 2 dögum áður en þú borðar.
b) Bætið svínalifer, öxl og fitutenningum í matvinnsluvél og vinnið vel.
c) Hellið því í springform. Hyljið pönnuna með filmu þannig að vatn komist ekki inn í pönnuna. Gakktu úr skugga um að það sé þétt pakkað.
d) Taktu steikarpönnu, stærri en springformið og helltu tommu af sjóðandi vatni í botninn á pönnunni.
e) Setjið springformið í steikarpönnu.
f) Setjið ofninn ásamt springforminu í ofninn í um 2 klst. Gakktu úr skugga um að ofninn þinn hafi hitnað í 300°F áður en þú setur steikarpönnu í ofninn.
g) Takið springformið úr ofninum. Búið til 2 holur á pönnunni, nógu stórar til að egg passi í. Setjið soðið egg í hverja holu. Hyljið eggin með skeið af kjöti.
h) Kælið og setjið í ísskáp í 1 - 2 daga.
i) Setjið prosciutto og beikonsneiðar ofan á. Berið fram.

95. Laukur og prosciutto terta

Gerir: 8 skammta

HRÁEFNI:

- ½ pund laufabrauð
- 4 stórir laukar; hakkað
- 3 aurar Prosciutto; hægelduðum
- ½ tsk timjan
- ½ tsk rósmarín
- 2 matskeiðar Ólífuolía
- 12 stórar svartar ólífur í olíu; holóttur
- Nýmalaður svartur pipar
- Saltið ef þarf
- 1 egg

Steikið lauk í olíu með kryddjurtum þar til laukurinn er gegnsær. Bætið prosciutto út í og eldið í 3 mínútur. Kryddið með pipar og athugaðu saltið. Slappaðu af. Fletjið deigið út í rétthyrning sem er 11" x 9. Skerið 4 ræmur af deigi til að búa til brúnirnar og þrýstið þeim á brúnir rétthyrningsins. Færið yfir á kökuplötu og stráið brúnirnar með þeyttu eggi. Kælið í ½ klukkustund. Forhitið ofninn í 425°. Dreifðu laukblöndunni á tilbúið deig, bakaðu í 30 mínútur Lækkaðu hitann í 300, skreyttu tertu með sneiðum ólífum og haltu áfram að baka í 15 mínútur í viðbót.

96. Prosciutto ólífu tómatbrauð

Gerir: 1 skammtur

HRÁEFNI:
- 1 pund brauð, 1 1/2 pund brauð
- 1 bolli vatn
- 2 matskeiðar jurtaolía
- ⅓ bolli þroskaðir tómatar
- ⅓ bolli af ólífum, holóttum Alfonse eða öðrum víngerðum ólífum
- ⅓ bolli prosciutto, rifinn
- 2 tsk sykur
- ½ tsk salvía
- 1 tsk salt
- ⅓ bolli rúgmjöl
- 1½ bolli heilhveiti
- 1½ bolli brauðhveiti
- 1½ tsk ger

Bakið samkvæmt leiðbeiningum framleiðanda.

97. Prosciutto-appelsínugult popovers

Gerir: 6 skammta

HRÁEFNI:
- 1 bolli hveiti
- ¼ tsk Salt
- 1 bolli Mjólk
- 2 egg; létt barinn
- 1 matskeið Brædd smjörlíki
- 2 sneiðar Prosciutto; snyrt af aukafitu; smátt saxað
- 1 stór appelsína; fínt rifinn hýði af

a) Setjið pönnuna inn í ofn og hitið í 450 gráður. Takið pönnuna úr ofninum um leið og hún er orðin heit.
b) Hrærið saman hveiti og salti. Þeytið mjólk, egg og bræddu smjörlíki út í þar til blandan er slétt. Ekki ofgera. Hrærið kartöflum og appelsínuberki saman við.
c) Hellið deiginu í heita pönnuna og bakið í forhituðum ofni í 15 mínútur. Snúðu hitann í 350 gráður og haltu áfram að baka í 15-20 mínútur, þar til blásið og brúnt. Opnaðu aldrei ofnhurðina á meðan á bökunartímanum stendur þar sem popparnir munu tæmast.
d) Takið úr ofninum og hlaupið með hníf í kringum hverja popp.
e) Takið af pönnunni og stingið í hvern með hníf.

98. Candied Prosciutto

HRÁEFNI:
- 3 bollar sykur
- 1 1/2 bollar Prosciutto di Parma sneiðar, saxaðar

LEIÐBEININGAR:
a) Bræðið sykur rólega í meðalstórum potti, bætið kartöflum saman við og blandið í 3 mínútur.
b) Dreifið blöndunni yfir pönnu með vax- eða smjörpappír á.
c) Látið kólna og brotið í sundur til að molna.

99. Mozzarella og prosciutto kartöflukaka

Gerir: 6

HRÁEFNI:
- Mozzarella og prosciutto kartöflukaka
- 1/2 bolli (35g) ferskt brauðrasp
- 900 gr kartöflur, skrældar
- 1/2 bolli (125 ml) heit mjólk
- 60 grömm af smjöri, skorið í teninga
- 2/3 bolli (50g) rifinn parmesan
- 2 egg
- 1 eggjarauða
- 1 bolli (100g) rifinn mozzarella
- 100 grömm prosciutto, skorinn í teninga
- elskan rakettur, til að þjóna

LEIÐBEININGAR:
a) Hitið ofninn í mjög heitan, 200°C (180°C blástur).
b) Smyrjið 20 cm springform með smjöri; stráið botninum yfir þriðjung af brauðmylsnunni.
c) Eldið kartöflur í potti með sjóðandi saltvatni í 15 mínútur þar til þær eru mjúkar. Afrennsli; farðu aftur á pönnuna í 1 mínútu, þar til það er þurrt.
d) Stappaðu kartöflurnar, bætið mjólk út í og helminginn af smjörinu. Hrærið parmesan, eggi og eggjarauðu saman við; árstíð.
e) Dreifðu tilbúinni pönnu með helmingi kartöflublöndunnar. Hyljið mozzarella og prosciutto; toppið með afganginum af kartöflublöndunni. Dot með smjörinu sem eftir er; stráið restinni af brauðmylsnu yfir.
f) Bakið í 30 mínútur, þar til það er gullið og heitt; standa köku 10 mínútur. Skerið í sneiðar og berið fram með raket.

100. Green Pea Panna Cotta Með Prosciutto

Gerir: 8-10 skammta

Hráefni
GRÆN BARNA PANNA COTTA:
- Matreiðsluúði af canola eða annarri hlutlausri olíu
- 1 msk. agar agar flögur
- 1 lítill sellerístilkur, skorinn í bita
- 2" kvistur af fersku rósmaríni
- 1 lárviðarlauf
- 1/2 tsk. heil svört piparkorn
- 1/4 tsk. heil allra kryddber
- 2 greinar flatblaða ítalsk steinselja
- Borðsalt, eftir smekk
- 2 bollar grænar baunir
- 1/4 c. þungur rjómi
- 2 matskeiðar brie ostur
- Cayenne pipar, eftir smekk
- Pipar, eftir smekk
- Örgrænt eða sellerígrænt, til skrauts

PROSCIUTTO FLEXAR:
- 4 þunnar sneiðar Prosciutto de Parma

GRÆN BARNA PANNA COTTA:
a) Forhitaðu ofninn í 400º F með grind í miðjunni. Klæðið bökunarplötu með álpappír. Hjúpaðu bollana af 12 bolla litlu muffinsformi létt með eldunarúða og settu til hliðar.

b) Blandið saman 1-3/4 bollum af vatni, agar agar, sellerí, rósmarín, lárviðarlaufi, piparkornum, kryddberjum, steinselju og 1/4 tsk matarsalti í litlum potti. Látið suðuna koma upp við háan hita, skafið botninn af pönnunni af og til og lækkið síðan hitann. Haltu áfram að skafa botninn á pönnunni af og til, þar sem agar agarinn vill setjast, þar til hann virðist uppleystur, um 6-8 mínútur.

c) Bætið ertum í blandara og maukið. Sigtið agar-agarsoðið í gegnum fínmöskju sigti í blandara. Bætið við þungum rjóma, brie, klípu eða tveimur af cayenne og vatni til að ná rúmmálinu rétt yfir 2 bolla.

d) Blandið þar til það er slétt, skafið niður hliðar blandarans eftir þörfum. Smakkaðu og stilltu kryddið með salti, hvítum pipar og viðbótar cayenne ef þess er óskað, blandaðu stuttlega saman til að fullu innlimun. Dreifið blöndunni jafnt á milli 12 tilbúna muffinsbollanna.

e) Bankaðu nokkrum sinnum á pönnuna til að setjast og hjálpa til við að fjarlægja allar loftbólur sem kunna að hafa myndast. Setjið til hliðar í um klukkutíma þar til agar agarinn stífni.

f) Þegar framreiðslutíminn er borinn skaltu renna þunnum hníf í kringum brún panna cotta og stinga síðan hverjum hníf út.

PROSCIUTTO FLEXAR:
g) Forhitið ofninn í 250°F.

h) Notaðu 1 tommu hringlaga skeri til að skera hringi af prosciutto. Setjið á pönnu með bökunarpappír og bakið í 10–15 mínútur þar til það er stökkt. Geymið til skrauts.

SAMSETNING:
i) Setjið panna cotta á bakka.
j) Setjið prosciutto disk á aioli.
k) Skreytið með örgrænu eða sellerígrænu.

NIÐURSTAÐA

Við vonum að þessi matreiðslubók hafi veitt þér innblástur til að prófa nýjar og skapandi leiðir til að nota prosciutto í matreiðslu þinni. Hvort sem þú ert að skemmta gestum, gefa fjölskyldunni að borða eða einfaldlega láta undan ást þinni á ítalskri matargerð, þá munu þessar uppskriftir án efa gleðja bragðlaukana þína og láta þig líða ánægðan. Ekki vera hræddur við að gera tilraunir með mismunandi bragði, hráefni og matreiðslutækni - það er fegurðin við að elda með prosciutto! Og með 100 uppskriftum til að velja úr muntu aldrei verða uppiskroppa með ljúffengar hugmyndir. Þakka þér fyrir að vera með okkur í þessari matreiðsluferð og við óskum þér gleðilegrar matreiðslu!

www.ingramcontent.com/pod-product-compliance
Lightning Source LLC
Chambersburg PA
CBHW071237080526
44587CB00013BA/1650